സെന്റ് ജോർജ്ജ്

(ജീവചരിത്രം)

ജോയ് നെടിയാലിമോളേൽ

INDIA • SINGAPORE • MALAYSIA

മഹത്ത്വത്രയങ്ങൾക്കുമപ്പുറം
സഹദാ ചരിത്രത്തിന് ഒരു ആമുഖം

ഫാ. (ഡോ) കുര്യൻ ഡാനിയേൽ
മുളനിൽക്കുന്നതിൽ
വളഞ്ഞവട്ടം പി.ഒ, തിരുവല്ല – 689104
Mob: 94475 61403

വിശുദ്ധ മോർ ഗീവർഗീസ് സഹദായുടെ ജീവചരിത്രം രചിച്ചതോടെ ശ്രീ. ജോയി നെടിയാലിമോളേൽ ഒരു പുതിയ തലത്തിലേക്ക് കടന്നിരിക്കുകയാണ്. എഴുത്തിൽ അഭിരമിക്കുന്ന കലാകാരനായ ഗ്രന്ഥകർത്താവിന്റെ പൂർവ്വകാല കൃതികളിൽ കവിതയും ചെറുകഥയും നോവലും ആത്മകഥയുമൊക്കെ ഇടംപിടിച്ചിരുന്നുവെങ്കിലും ഇദംപ്രഥമമായാണ് സഹദേന്മാരിൽ കൈവെയ്ക്കുന്നത്. അത് ശ്രേഷ്ഠ സഹദായായ മോർ ഗീവർഗീസ് സഹദായിൽ തുടങ്ങുന്നു. ഇത് പൊടുന്നനവെ സംഭവിച്ചതല്ലായെന്ന് അദ്ദേഹം ഈ പുസ്തകത്തിന്റെ ആദ്യത്താളുകളിൽ രേഖപ്പെടുത്തിയിരിക്കുന്നു.

പാമ്പാക്കുടയിൽ നിന്നും നിലമ്പൂർ എരുമമുണ്ടയിലേക്ക് 1960 കളിൽ കുടിയേറിയ കുടുംബത്തിലെ ബാലൻ ഇല്ലായ്മകളുടെയും പോരായ്മകളുടെയും, കഠിനാദ്ധ്വാനം ആവശ്യമായിവന്ന പ്രതിസന്ധി കളുടെയുമൊക്കെ ഗതകാലം അനുസ്മരിക്കുന്നു. അന്ന് പൂർവ്വ പിതാക്കന്മാരുടെ തീവ്രമായ ആഗ്രഹത്തിന്റെ പശ്ചാത്തലത്തിൽ കഠിന യത്നത്തിലൂടെ പണിതെടുത്ത ദൈവാലയം പ്രതിഷ്ഠിക്കപ്പെട്ടത് വി. മോർ ഗീവർഗീസ് സഹദായുടെ നാമത്തിലാണ്. കൈമെയ് മറന്ന അദ്ധ്വാനത്തിന്റെ ഫലവും വിയർപ്പിന്റെ ബാക്കിപത്രവുമായ ആരാധനയിടം സമസ്ത മനുഷ്യർക്കും ജാതിമതവ്യത്യാസമെന്യേ വിളക്കും വെളിച്ചവുമായി ഭവിച്ചു.

തന്റെ ഔദ്യോഗിക ജീവിതം ഒരു പട്ടാളക്കാരനായിരിപ്പാൻ ഭാഗ്യം ലഭിച്ച ശ്രീ. ജോയി ക്രിസ്തുസാക്ഷിയായ പട്ടാളക്കാരൻ മോർ ഗീവർഗീസ് സഹദായെ അവാച്യമായ പ്രിയത്തോടെയാണ് സമീപിക്കുന്നത്. സഹദായുടെ നാമത്തിൽ എരുമമുണ്ടയിൽ രൂപംകൊണ്ട ചെറിയ ദൈവാലയം ഇന്ന് പ്രശസ്തിയുടെ കൊടുമുടി കയറിയതും അന്ന് ബാലനായിരുന്ന ശ്രീ. ജോയി ഇന്ന് പരുമലയിൽ സഹദായുടെ നാമത്തിലുള്ള ദൈവാലയത്തിൽ അംഗമായിരിക്കു-ന്നതുമൊക്കെ ദൈവനടത്തിപ്പായി മാത്രം അദ്ദേഹം കാണുന്നു.

ആദിമ നൂറ്റാണ്ടിലെ വിശുദ്ധന്മാരുടെയും ശുദ്ധിമതികളുടെയും സഹദേന്മാരുടെയും ചരിത്രം മിക്കതും നെല്ലും പതിരും തിരിഞ്ഞെടുക്കുക ശ്രമകരമായ ഒരു ജോലിതന്നെയാണ്. വിശുദ്ധന്മാരുടെ ജീവചരിത്രങ്ങളിൽ **"ഹഗിയോഗ്രഫി"** (ഹാഗിയ-വിശുദ്ധം, ഗ്രാഫിയ-എഴുത്ത് = സാധു ചരിത്രവർണ്ണന) എന്ന ചരിത്രശാഖയിൽ ഉൾപ്പെട്ട രചനകൾ വാസ്തവമായതിൽ നിന്നും എത്രയോ അപ്പുറത്താണ് പലരും എഴുതിക്കൂട്ടിയിരിക്കുന്നത്. ഇത് അമിതമായ ഭക്തിലഹരിയിൽ സംഭവിക്കുന്നതാണ്. ഇത് മൂലം അതിശയമോ അവിശ്വാസമോ അവഗണനയോ പോലും വരുത്തിതീർക്കത്തക്കവിധത്തിൽ ചിലപ്പോഴെങ്കിലും ചിലർക്കെങ്കിലും ഇടയാക്കുന്നുണ്ടെന്നുള്ളതും സത്യമാണ്. എന്നാൽ സാമ്രാജ്യങ്ങളും ചക്രവർത്തിമാരും അവരുടെ ഭരണാധികാര കാലങ്ങളുമായി ബന്ധപ്പെട്ടിരിക്കുന്ന ചരിത്രങ്ങളിൽ വെറുതെ അധികം എഴുതിക്കൂട്ടാനാവില്ല. ആദിമ ക്രൈസ്തവ പീഡയുടെ പശ്ചാത്തലത്തിൽ ശ്രദ്ധേയരായിത്തീർന്ന നീറോ, ഡയോക്ലിഷൻ ആദിയായ ചക്രവർത്തിമാരുടെ കാലഘട്ടത്തിൽ ജീവിച്ചിരുന്ന സഹദേന്മാരുടെയും പിതാക്കന്മാരുടെയും ഗണങ്ങൾ ഈ ക്രമത്തിൽപ്പെടുന്നതാണ്. അവർക്കുണ്ടായ നിഷ്ഠൂര പീഡകളും അവർ അനുഭവിച്ച ക്ലേശങ്ങളും ചരിത്രത്തിന്റെ ഭാഗമാണ്. അവയോട് കൂട്ടുവാനോ കുറയ്ക്കുവാനോ ആവില്ല. അതുകൊണ്ട് തന്നെ അവരുടെ ജീവചരിത്രങ്ങൾ എഴുതി വരുമ്പോൾ പേജുകളുടെ എണ്ണം കുറയും എന്നാൽ ആത്മീയ തൂക്കം അശേഷം

കുറയുകയുമില്ല. എന്നാൽ ഇതര സഹദേന്മാരിൽ നിന്ന് വ്യത്യസ്ത തനായി മോർ ഗീവർഗീസ് സഹദ ബ്രിട്ടൺ, ജോർജ്ജിയ, മാൾട്ട, പോർച്ചുഗൽ, സ്പെയ്ൻ ആദിയായ ചില രാഷ്ട്രങ്ങളുടെ പ്രഖ്യാപിത ഔദ്യോഗിക മദ്ധ്യസ്ഥനായി അംഗീകരിക്കപ്പെട്ടിരിക്കുന്നതും ചരിത്രപരമായ ഭൗതീക ആധികാരികതയുടെ തെളിവാണ്. ഈ ദൃശ്യ ജീവചരിത്രങ്ങൾ ചമയ്ക്കുമ്പോൾ നാം ആരും അവരുടെ ജീവിതചര്യകൾക്ക് ദൃക്സാക്ഷികൾ അല്ലാത്തതിനാൽ പല ഉറവിടങ്ങളേയും ആശ്രയിക്കേണ്ടി വരും. ഈ പരിശ്രമമാണ് ശ്രദ്ധയോടെ ശ്രീ. ജോയി നിർവ്വഹിച്ചിട്ടുള്ളത്. ഇക്കാര്യത്തിൽ ഞാൻ അദ്ദേഹത്തെ അഭിനന്ദിക്കുന്നു. ഗ്രന്ഥകർത്താവ് കേവലം ഒരു എഴുത്തുകാരൻ മാത്രമല്ല അനുഭവങ്ങൾക്ക് അഴകാർന്ന മഷിക്കൂട്ട് നൽകുന്ന ഒരു ചിത്രകാരനുമാണ്.

സഹദായുടെ പാരമ്പര്യ ചിത്രത്തിലെ സ്തുതിപാടുന്ന കന്യകയും ദൈവാലയ പശ്ചാത്തലവും വെള്ളക്കുതിരയും വധത്തിന് വിധിക്കപ്പെട്ട ഘോരസർപ്പവും ഒക്കെ അദ്ദേഹത്തെ സ്വാധീനിച്ചിട്ടുണ്ട്. സത്യധർമ്മാദികളുടെ പ്രതീകമായ കന്യകയുടെ രക്ഷയ്ക്കായി അസത്യത്തിന്റെയും അധർമ്മത്തിന്റെയും പ്രതീകമായ മഹാ സർപ്പത്തെ വകവരുത്തുന്ന സഹദായുടെ ചിത്രം സഹദേന്മാരുടെ ആകമാനം ആദർശാത്മകമായ (Typical) ഉദാഹരണമാണെന്നത് അദ്ദേഹം ഹൃദയത്തിൽ സാംശീകരിച്ചുകാണും. അങ്ങനെ ഒരു ഉത്തമ ബോധ്യത്തിൽ നിന്ന് ഉയരുന്ന അനുഭവങ്ങൾ ഈ ലഘുഗ്രന്ഥത്തിൽ ഉടനീളം കാണാം. എഴുതിയ ചരിത്രം ഉള്ളടക്കം ഒട്ടും വിടാതെ ആറു കാണ്ഡങ്ങളിലായി 79 ശ്ലോകങ്ങളാക്കിയെടുക്കാൻ ഗ്രന്ഥകർത്താവിലെ കവിഭാവനയും ഉണർന്നെണീറ്റതായി കാണാം.

ഒരു പൂർണ്ണ മനുഷ്യനെ സൃഷ്ടിക്കുന്ന വായനയ്ക്ക് മരണമില്ല. മരിക്കാൻ ഒക്കുകയുമില്ല. സഹദേന്മാരുടെ ഭക്തിവൈരാഗ്യമുള്ള ജീവിത സാക്ഷ്യങ്ങൾ വായിക്കുന്നതിലൂടെ നാം ജീവിക്കുന്നു. നമ്മിലെ ആന്തരീക മനുഷ്യൻ ജീവന്റെ പൂർണ്ണതയിലേക്ക് വരുന്നു.

എനിക്ക് സുഹൃത്തും അതുപോലെതന്നെ എഴുത്തിന്റെ വഴികളിൽ പുതിയ തലങ്ങൾ കണ്ടെത്താനും ശ്രമിക്കുന്ന പ്രിയ ജോയി നെടിയാലിമോളേൽ ഏകനല്ല. എഴുത്തും വായനവും വരയുമൊക്കെ ഉൾക്കൊള്ളുന്ന കലാജീവിതത്തിൽ ജീവിത സഖിയായ വത്സലയും മകൾ ദർശനയും ദിവ്യയുമൊക്കെയുണ്ട്. അവർ ഒരുമിച്ചാണ് എഴുതുന്നത്. ഒരുമിച്ചാണ് വളരുന്നത്. ഈ ഒരുമയുടെ നല്ല ഫലങ്ങൾ ഇനിയും ഉണ്ടാവട്ടെ, മടികൂടാതെയുള്ള പരിശ്രമത്തിന് ഈശ്വരാനുഗ്രഹങ്ങൾ ധാരാളമായി ഉണ്ടാകട്ടെ എന്ന് പ്രാർത്ഥിച്ചുകൊണ്ട് ഈ ലഘുകൃതി പൊതുസമക്ഷം സമർപ്പിച്ചുകൊള്ളുന്നു.

പ്രാർത്ഥനയോടെ,

ഫാ.(ഡോ) കുര്യൻ ഡാനിയേൽ

ജോയ് നെടിയാലിമോളേൽ

ശ്രീമതി ഏലിയാമ്മയുടെയും ശ്രീ. ഇട്ടൻ തോമസ്സിന്റെയും മകനായി 1960ൽ ജനനം. ഇന്ത്യൻ ആർമിയിൽ (ആർമഡു കോറിൽ) ദഫെദാർ (ഹവീൽദാർ) ക്ലാർക്കായി പതിനഞ്ചു വർഷത്തെ സേവനം. 1995ൽ ആർമിയിൽ നിന്നും സ്വയം വിരമിച്ചു. തുടർന്ന് ഒരു സ്വകാര്യ കമ്പനിയിൽ സീനിയർ മാനേജരായി 20 വർഷം ജോലി ചെയ്ത് 2015ൽ വിരമിച്ചു. 2015 മുതൽ 2022 വരെ പങ്കാളിത്തമായി അഹമ്മദ്നഗറിൽ ഫാക്ടറി നടത്തി. ഇപ്പോൾ തിരുവല്ലയിൽ സ്ഥിര താമസ്സമാക്കിയിരിക്കുന്നു.

വായനയിലും ചിത്രരചനയിലും തല്ലരനാണ്. ആനുകാലികങ്ങളിൽ സ്ഥിരമായി കഥ, കവിത എന്നിവ പ്രസിദ്ധീകരിക്കുന്നു. അദ്ദേഹത്തിന്റെ രചനകൾ Amazon, Flipkart & notionpress.com എന്നിവയിൽ ലഭ്യമാണ്. ഈ സൈറ്റുകളിൽ Joy Nediyalimolel എന്നു തിരഞ്ഞാൽ പുസ്തകങ്ങൾ ലഭ്യമാകും.

ഭാര്യ   : വത്സല.
മക്കൾ   : ദർശന, ദിവ്യ
മൊബയിൽ   : 9423463971 / 9028265759
ഇമെയിൽ   : joynediyalimolel@gmail.com

അച്ചീവ്‌മെന്റും, അവാർഡുകളും.

1. ജ്വാല സംസ്‌കൃതിഭവൻ,തിരുവനന്തപുരം, പൊങ്കുന്നം വർക്കി അവാർഡ്-2024 "തായ് വേരുകൾ" എന്ന ചെറുകഥാ സമാഹാരത്തിനു ലഭിച്ചു.

2. ഇന്ത്യൻ ലിറ്ററേച്ചർ ആന്റ് ആർട്ട്സ് സൊസൈറ്റി അവാർഡ്-2024 "മടക്കയാത്ര" എന്ന കവിതാ സമാഹാരത്തിനു ലഭിച്ചു.

എന്റെ രചനകൾ

1. ശിവംഗി - ചെറുകഥകൾ
2. ഒരു പട്ടാളക്കാരന്റെ ആത്മഗതങ്ങൾ - ആത്മകഥ
3. പലായനം - നോവൽ
4. തായ്യേരുകൾ - ചെറുകഥാ സമാഹാരം
5. ഫാക്ടറി - നോവൽ
6. സമ്പൂർണ്ണ കഥകൾ - കഥകൾ
7. മടക്കയാത്ര - കവിതാ സമാഹാരം
8. സെന്റ് ജോർജ്ജ് - ജീവചരിത്രം

INDIAN LITERATURE & ARTS SOCIETY

NATIONAL LITERATURE AWARD 2024

This certificate is proudly presented to

Joy Nediyalimolel

LITERATURE - MALAYALAM POETRY
KERALA STATE

Joseph Silva
PRESIDENT

Anand Prabhakar
SECRETARY

www.ilasociety.com CERTIFICATE NO ILA 342112024

വിശുദ്ധ ഗീവറുഗീസ് സഹദായുടെ ജീവചരിത്രം എഴുതാനുള്ള പ്രേരണ

ഞങ്ങളുടെ കുടുംബ ഇടവക പാമ്പാക്കുട സെൻറ് ജോൺസ്സ് വലിയപള്ളി ആയിരുന്നു. പാമ്പാക്കുടയിൽ നിന്നും 1969 കാലഘട്ടത്തിൽ ഞങ്ങൾ നിലമ്പൂരിൽ എരുമമുണ്ട എന്ന സ്ഥലത്തേക്ക് കുടിയേറി. കുടിയേറി എന്നുദ്ദേശിക്കുന്നത് കാട് വെട്ടിപ്പിടിച്ചു സ്ഥലം കയ്യേറി എന്നല്ല. അന്ന് ആ പ്രദേശമെല്ലാം നിലമ്പൂർ കോവിലകത്തിന്റെ കീഴിലുള്ള പാട്ട പ്രദേശങ്ങളായിരുന്നു. ഇന്നും അവിടത്തെ സ്ഥലങ്ങൾക്ക് സർവ്വെ നമ്പർ ഉള്ളത് ചുരുക്കം സ്ഥലങ്ങൾക്കു മാത്രമാണ്. ഏകദേശം അൻപത്തിയഞ്ച് വർഷങ്ങൾ കഴിഞ്ഞിട്ടും നമ്മുടെ റെവന്യൂ വകുപ്പിന്റെ കാര്യക്ഷമത എത്രമാത്രമുണ്ടെന്ന് ഇതിൽ നിന്നും മനസ്സിലാക്കാം.

അക്കാലം എന്നു പറയുന്നത് തെക്കൻ കേരളത്തിലെ കർഷകരുടെ മലബാറിലേക്കുള്ള കുടിയേറ്റക്കാലം ആയിരുന്നു. ആ ഭാഗങ്ങളിൽ അന്ന് പള്ളികൾ ഒന്നും തന്നെ ഇല്ലായിരുന്നു. തെക്കൻ കേരളത്തിൻറെ വിവിധ ഭാഗങ്ങളിൽ നിന്ന് എത്തിയ ക്രിസ്ത്യാനികൾ അന്ന് മെത്രാൻ കക്ഷി എന്നോ പാത്രിയർക്കീസ് കക്ഷിയെന്നോ എന്ന വക ഭേദമില്ലാതെ ഒന്നിച്ച് ഒരു പാത്രത്തിൽ തിന്നും കുടിച്ചും പരസ്പരം ഒത്തുചേർന്ന് ജീവിച്ചിരുന്ന കാലമായിരുന്നു..

അന്നവിടത്തെ പ്രദേശവാസികളായ മുസ്ലിം കുടുംബക്കാർ കുടിയേറിവന്നവരെ ചെട്ടന്മാർ ചേട്ടത്തിയമ്മമാർ എന്നാണ് വിളിച്ചിരുന്നത്. മത സൗഹാർദ്ദത്തിന്റെ തീഷ്ണതയും സ്നേഹത്തിന്റെ ആഴവും അക്കാലങ്ങളിൽ ധാരാളമായി അനുഭവിച്ചറിയാൻ കഴിഞ്ഞു. അവിടെയുള്ളവർ തീർത്തും നിഷ്കളങ്കർ ആയിരുന്നുവെന്നു മനസ്സിലാക്കാൻ സാധിച്ചിരുന്നു.

അടുത്ത വീട്ടുകാരെ അയൽക്കാരായിട്ടല്ല കണ്ടിരുന്നത് മറിച്ച് തങ്ങളുടെതന്നെ ഉറ്റവർ അടുത്ത വീടുകളിൽ കഴിഞ്ഞിരുന്നു എന്ന

പ്രതീതിയായിരുന്നു. ഉറ്റവർ തരുന്ന പരിചരണം എവിടെയും ലഭിച്ചിരുന്നു. ആഘോഷങ്ങളെല്ലാം ഇവിടെ ഒന്നാണോ എന്നു വരെ തോന്നിപ്പോയിരുന്നു. പരസ്പരം സഹകരിച്ചും സ്നേഹിച്ചും സഹായിച്ചും കഴിഞ്ഞ കാലങ്ങൾ അസ്സൂയാവഹം തന്നെയായിരുന്നു.

കൂലികൊടുത്ത് പണി ചെയ്യിക്കാൻ കഴിയാത്തവർ ഓരോരുത്തരുടെയും പറമ്പിൽ പരസ്പരം സഹായിച്ച് പണിയെടുത്ത് ജീവിച്ചിരുന്ന കാലമായിരുന്നു. പട്ടിണിയുടെയും പരിവട്ടത്തിന്റെയും ഇല്ലായ്മയുടെയും അങ്ങനെ അങ്ങനെ നിരവധിയായ ഇല്ലായ്മകളുടെ കാലമായിരുന്നു അന്ന്. കാരണവന്മാർ തങ്ങളുടെ വയർ നിറയെ കഴിച്ച കാലങ്ങൾ പോലും മറന്നിട്ടുണ്ടാവും. അത്രയ്ക്കും കഠിനാധ്വാനങ്ങളിൽക്കൂടി മുഴു പട്ടിണിയിൽ കൂടിയും കടന്നുപോയ നാളുകൾ ആയിരുന്നു. അന്നത്തെ അമ്മമാർ ഉണ്ടെന്നു വരുത്തി തങ്ങളുടെ മക്കൾക്ക് സ്വന്തം പങ്കുകൂടി വെച്ചുനീട്ടിക്കൊടുക്കും. മക്കൾക്കറിയില്ലല്ലോ അമ്മ പട്ടിണിയാണെന്ന്!. ഇതൊക്കെ കാണുന്ന കെട്ടിയോൻ തനിക്ക് നിറഞ്ഞെന്നു വരുത്തി ഏമ്പക്കമിട്ട് മാറ്റി വെയ്ക്കുന്ന പങ്കു കഴിച്ച് എത്ര അമ്മമാർ അന്നു ഉറക്കം വരാതെ മറിഞ്ഞും തിരിഞ്ഞും കിടന്നിട്ടുണ്ടാവും!

മുഴു പട്ടിണിയായി കിടന്ന ആ കാലങ്ങൾ ഒരിക്കലും മറക്കാൻ പറ്റാത്തതാണ്. കാലത്തിന്റെയും കാട്ടുമൃഗങ്ങളുടെയും ഒക്കെ പ്രതികൂലമായ സാഹചര്യങ്ങൾ തരണം ചെയ്തു ഒരു നാടിനെ നല്ല നിലയിലേക്ക് ഉയർത്തിക്കൊണ്ടുവന്ന അന്നത്തെ ജനങ്ങളെ മറക്കാൻ കഴിയില്ല. അന്ന് അവിടെ എല്ലാവരും കൂടി ഒരു തീരുമാനം എടുത്തു തങ്ങൾക്ക് ആരാധിക്കാനും മറ്റു കൂദാശകൾ നടത്താനും ഒരു പള്ളി ആവശ്യമാണെന്ന്. അങ്ങനെ അന്നുണ്ടായിരുന്ന കാരണവന്മാർ എന്റെ അപ്പനടക്കം എല്ലാവരും ചേർന്ന് കാട്ടിൽ നിന്ന് കാട്ടുതടികളും മുളയും വെട്ടിക്കൊണ്ടുവന്നു.

തടി അപ്പന്റെ തോളിലുരഞ്ഞ് തൊലിപോയി ചോര പൊടിഞ്ഞത് വേദനയോടെ ഞാൻ നോക്കി കണ്ടിട്ടുണ്ട്. ആ വേദനയൊന്നും

കാര്യമാക്കാതെ മുതിർന്നവർ ദിനരാത്രം അദ്ധ്വാനിച്ചു. വീടുകളിൽ നിന്ന് വൈക്കോലും തെങ്ങോലകൾ മെടഞ്ഞത് ഓരോ കുടുംബത്തിൽ നിന്നും ശേഖരിച്ച് പുളിക്കക്കാട് എന്ന സ്ഥലത്ത് ഒരു പള്ളി പണിയുകയാണ് ഉണ്ടായത്. ആ പള്ളിയുടെ പേര് വിശുദ്ധ ഗീവറുഗീസ് സഹദായുടെ നാമത്തിലാണ്.

അന്നുണ്ടായിരുന്നവർ വിയർപ്പൊഴുക്കി ആ പള്ളിയുടെ ഓരോ തൂണും തുരുമ്പും ചേർത്തുവെച്ച് ഒരു ആരാധനാലയം ആക്കി തീർത്തു. ആ പള്ളി പണി നടക്കുമ്പോൾ അതിൻറെ ഭാഗഭാക്കാവാൻ അന്ന് ഒരു കുട്ടിയായിരുന്ന എനിക്കും കഴിഞ്ഞു. തെങ്ങോലകൾ എടുത്തു കൊടുക്കുന്നതിനും മുളവാരികൾ പിടിച്ചു കെട്ടിക്കൊടുക്കാനും അന്നത്തെ കുറെ കുട്ടികളുടെ കൂടെ ഞാനും ഉണ്ടായിരുന്നു. അങ്ങനെ ഗീവർഗീസ് സഹദായുടെ നാമത്തിൽ ഒരു പള്ളി അവിടെ തല ഉയർത്തിയപ്പോൾ ഏറ്റവും കൂടുതൽ അഭിമാനം കൊണ്ടത് അവിടുത്തെ ഒരു സമൂഹമായിരുന്നു.

അവിടെപ്പള്ളി വന്നതിനു ശേഷം എല്ലാ ആഘോഷങ്ങളും എത്ര ഉത്സാഹത്തോടെ നടത്തിയെന്നത് പറഞ്ഞറിയിക്കാൻ കഴിയാത്ത വിധ മായിരുന്നു. ഉത്സാഹത്തിമിർപ്പിന്റെ നാളുകൾ. പള്ളിയിൽ കൊള്ളാവുന്നതിലും അധികം ആളുകൾ ആരാധനയിൽ സംബന്ധിക്കുമായിരുന്നു. ക്രിസ്തുമസ് കരോൾ ഇറങ്ങുന്നത് എല്ലാവരും ചേർന്നാണ്. കരോൾ ഗാനങ്ങളും മുഖ്യമായി കോലക്കളിയും കരോളിനെ വർണ്ണാഭമാക്കി. ചിട്ടപ്പെടുത്തിയ വിശുദ്ധന്റെ കീർത്തനങ്ങൾ കോല്‍ക്കളിക്ക് അകമ്പടി ചേരും. ആൺകുട്ടികളും പെൺകുട്ടികളും സമാസമം ചേർന്നാണ് കോല്‍ക്കളി നടത്തുന്നത്. അന്ന് വിരൽ മുട്ടുകൾക്കു കിട്ടിയ അടിയുടെ വേദന ഇന്നും മധുരിക്കുന്നതായി തോന്നുന്നു. എല്ലാ വീടുകളിലും സല്‍ക്കാരം. ഒരാഴ്ച നീളുന്ന ഉത്സവംപോലെയായിരുന്നു കരോൾ നാളുകൾ. അതുപോലെതന്നെ പെരുന്നാളും. ആ പ്രദേശത്തെ മുഴുവൻ ജനങ്ങളും ജാതിമത ഭേദമില്ലാതെ വിശുദ്ധ സഹദായുടെ പെരുന്നാൾ ദിനങ്ങളിൽ പങ്കുചേരും.

ആ നാടിനും ആ നാട്ടുകാർക്കും പ്രചോദനമായി വിളി കേൾക്കുന്ന സഹദയായി ആ നാടിൻറെ രക്ഷകനായി നിലനിൽക്കുന്നത് കാണുമ്പോൾ എന്തെന്നില്ലാത്ത അഭിമാനവും ആ പഴയ കാലങ്ങളെ അയവിറക്കുന്ന അനുഭൂതിയും കോൾമയിർ കൊള്ളിക്കുന്നുണ്ടെന്നുള്ളതിൽ രണ്ടു പക്ഷമില്ല.

പലപ്പോഴും പ്രാർത്ഥന നടക്കുമ്പോഴും കുർബാന നടക്കുമ്പോഴും ഇഴജന്തുക്കൾ അതിന്റെ ഓല മറയിൽ കൂടി കടന്നു വരാറുണ്ട്. അതൊക്കെ എത്രമാത്രം ഭീതിജനകമായിരുന്നു എന്ന് ഓർത്തു പോകുന്നു. അവിടെയൊക്കെ വിശുദ്ധ ഗീവർഗീസ് സഹദാ രക്ഷാ കവചം തീർത്തു എന്നത് സത്യമാണ്. അങ്ങനെ ഗീവർഗീസ് സഹദായോട് പ്രത്യേകമായ അടുപ്പവും ഭക്തിയും സ്നേഹവും ആദരവും ചെറുപ്പം മുതൽക്കേ എന്റെ മനസ്സിൽ കാത്തുസൂക്ഷിച്ചിരുന്നു.

ഇന്ന് ആ പള്ളി മിക്ക മുന്നോക്ക പ്രദേശങ്ങളിലുള്ള പള്ളികൾക്കൊപ്പം വളർന്നു കഴിഞ്ഞു എന്നത് അഭിമാനാർഹമാണ്. പിന്നീട് കാലങ്ങൾ എനിക്ക് പലതരത്തിലുമുള്ള ബുദ്ധിമുട്ടുകളും മാനസിക പീഡകളും തന്നുകൊണ്ടിരിക്കുമ്പോഴും അവിടെ നിന്ന് ആയിരക്കണക്കിന് മൈലുകൾ അകലെ താമസിക്കുമ്പോഴും വിശുദ്ധ ഗീവർഗീസ് സഹദായെ മുറുകെ പിടിക്കുകയും രക്ഷാ കവചമാക്കുകയും ചെയ്തു. പ്രത്യേകിച്ച് ഞാനൊരു പട്ടാള ഉദ്യോഗസ്ഥനായിരുന്നതിനാൽ സഹദായോട് കൂടുതൽ പ്രിയം തോന്നാനും കാരണമായി.

മനുഷ്യ ജീവിതം എന്നത് പ്രശ്നങ്ങളെക്കൊണ്ട് അലങ്കരിക്കപ്പെട്ടതാണ്. നമ്മൾ അതിനെ എങ്ങിനെ ഒരുക്കി വെയ്ക്കുന്നു എന്നതാണ് മുഖ്യം. ഒരു പൂച്ചെട്ടിയിൽ മുള്ളുകൾ നിറഞ്ഞ പൂച്ചെണ്ടുകൾക്കിടയിലെ പൂക്കൾ സംരക്ഷിക്കുന്നതുപോലെ ജീവിതത്തെ സംരക്ഷിക്കാൻ അല്ലെങ്കിൽ മോടി പിടിപ്പിക്കാൻ കഴിഞ്ഞാലെ നമ്മൾ പ്രതിസന്ധികളെ അല്പമെങ്കിലും തരണം ചെയ്യാൻ പഠിച്ചു എന്നു പറയാനെങ്കിലും കഴിയു.

ജീവിതമാകുന്ന യാത്ര ആരെ എവിടെ കൊണ്ടെത്തിക്കുന്നു എന്ന് ആർക്കും പറയാൻ കഴിയില്ല. ഉഴലുന്ന പായ് വഞ്ചിപോലെ ചെന്നെത്തുന്നിടം ചിലപ്പോൾ നമുക്ക് സുപരിചിതമല്ലായിരിക്കാം. അനുകൂലമല്ലായിരിക്കാം, പ്രതികൂലങ്ങൾ നേരിടേണ്ടതായും ഒക്കെ വന്നെന്നിരിക്കും. അതിജീവനത്തിന്റെ ചെറുത്തുനില്പിലൂടെ മനസ്സിനെത്തന്നെ മെരുക്കേണ്ടിവരും. ഉയർന്നു താഴുന്ന പൊങ്ങു തടിപോലെ ഒഴുക്കിൽ പെട്ട് അവസ്ഥാനമായി തീരമണഞ്ഞത് വിശുദ്ധ ഗീവറുഗീസ് സഹദയുടെ നാമത്തിലുള്ള പരുമല പള്ളിയിലാണ്. അതും ഒരു നിയോഗമായി കണക്കാക്കുന്നു.

കർത്താവിന്റെ കാവൽ ഭടനായ വിശുദ്ധ ഗീവറുഗീസ്സ് സഹദായുടെ പടയണിയിൽ എനിക്കും പങ്കുചേരുവാൻ കഴിഞ്ഞതിൽ ദൈവത്തെ മഹത്വപ്പെടുത്തുന്നു.

ജോയ് നെടിയാലിമോളേൽ

ഉള്ളടക്കം

1

സെന്റ് ജോർജ്ജിന്റെ മാതാപിതാക്കളും ബാല്യവും

പതിനാലു വയസ്സുള്ള 'ഗീഒർഗീയോസ്' ന്റെ (ഗീവറുഗീസ്) കയ്യും പിടിച്ച് അമ്മ **പോളിസ് കോർത്തിയ (തിയോപെസ്റ്റ** - എന്നും അറിയപ്പെടുന്നു) ഇതികർത്തവ്യതാമൂഢയായി നിന്നു. തന്റെ ഭർത്താവിന്റെ പെട്ടെന്നുള്ള വിയോഗം അവരുടെ മാനസ്സിക നിലതന്നെ തെറ്റിച്ചിരിക്കുന്നു. സമ്പത്ത് എത്ര ഉണ്ടായിട്ടും കാര്യമില്ല. തന്റെ ഒരു വശം തളർന്നുപോയ പ്രതീതിയായിരുന്നു തന്റെ ഭർത്താവിന്റെ വിയോഗം.

'ഗീഒർഗീയോസ്' ന്റെ മാതാവ് പലസ്തീനിലെ ലിദ്ദ എന്ന സ്ഥലത്തുനിന്നും ഉള്ളവൾ ആയിരുന്നു. ജറുസലേമിൽ നിന്ന് ഏകദേശം 25 മൈൽ അകലെയാണ് ലിദ്ദ.

വിശുദ്ധ പത്രോസ് ഇസ്രായേലിലെ ലിദ്ദ പട്ടണത്തിൽ പക്ഷാഘാതം ബാധിച്ച ക്രിസ്ത്യാനിയായ ഐനിയസിനെ സുഖപ്പെടുത്തിയ ഒരു സംഭവം ഉണ്ടായി. പത്രോസ് പറഞ്ഞു. "ഐനിയാസ്, യേശുക്രിസ്തുവിന്റെ നാമത്തിൽ നിന്നെ ഞാൻ സുഖപ്പെടുത്തുന്നു....എഴുന്നേറ്റു നിന്റെ കിടക്ക എടുത്ത് നടക്കുക."

ഈ അത്ഭുതം കണ്ടാനിടയായ ലിദ്ദയിലെ എല്ലാ നിവാസികളും ക്രിസ്തു മതത്തിലേക്ക് പരിവർത്തനം ചെയ്യപ്പെട്ടു. അങ്ങനെ ഒരു ആദ്യകാല ക്രിസ്ത്യൻ സമൂഹം ലിദ്ദയിൽ താമസിച്ചിരുന്നു.

അത്തരത്തിൽ ഗീവറുഗീസ്സിന്റെ മാതാവ് പോളിസ് കോർത്തിയ ഒരു തികഞ്ഞ ക്രൈസ്തവ വിശ്വാസി ആയിരുന്നു. ആ വിശ്വാസത്തിൽ അടിയുറച്ചുകൊണ്ടു തന്നെ തന്റെ മകനെയും വളർത്തി.

കപ്പദോക്യയിൽ നിന്നും ഗീവറുഗീസ്സിന്റെ മാതാവിന്റെ നാടായ പാലസ്തീനിലെ ലിദ്ദ എന്ന സ്ഥലത്തേക്കായിരുന്നു യാത്ര.

ഭർത്താവ് **ജോർഡിസ്** (അനസ്റ്റിയസ് എന്നും അറിയപ്പെടുന്നു) റോമൻ സൈനിക ഉദ്യോഗസ്ഥനായിരുന്നു. തന്റെ പ്രിയതമന്റെ വേർപാട് പോലിസ് കോർത്തിയക്ക് താങ്ങാൻ കഴിഞ്ഞില്ല.

കപ്പദോക്യയിൽ തന്റെ പ്രിയതമന്റെ നാട്ടിലാണ് വിവാഹം കഴിഞ്ഞതു മുതൽ താമസ്സിച്ചു വന്നത്. ജോർഡിസ് മരിക്കുന്ന സമയത്ത് ഗീവർഗ്ഗീസ്സിന് പതിനാലു വയസ് ആയിരുന്നു.

കപ്പദോക്യ തുർക്കിയിലെ ഒരു നഗരമാണ്. റോമിൽ നിന്ന് പലായനം ചെയ്ത ആദ്യകാല ക്രിസ്ത്യാനികൾക്ക് കപ്പദോക്യ ഒരു അഭയകേന്ദ്രം കൂടിയായിരുന്നു.

വളരെ പുരാതന കാലത്ത് അഗ്നിപർവ്വതങ്ങൾ പൊട്ടി ഒഴുകിയ ലാവ ഉറഞ്ഞ് മല നിരകൾ രൂപം കൊണ്ടിട്ടുണ്ട് അവിടെ മിക്കയിടങ്ങളിലും. ആകർഷണീയമായ ഭൂപ്രകൃതിയും, മനോഹരമായ പ്രകൃതിദത്ത പാറക്കൂട്ടങ്ങൾക്കും അതുപോലെതന്നെ പാറ തുരന്ന് ഉണ്ടാക്കിയ ഗുഹാ ക്ഷേത്രങ്ങൾക്കും റെസ്റ്റോറന്റുകൾക്കും അവിടത്തെ മലനിരകൾ പേരു കേട്ടതാണ്. അങ്ങനെ കപ്പദോക്യ പ്രശസ്തമാണ്. ഫലഭൂയിഷ്ടമായ ഭൂപ്രദേശമാണ് അവിടം. മുന്തിരി കൃഷി ചെയ്യുന്നതിനും വൈൻ ഉൽപ്പാദിപ്പിക്കുന്നതിനും കപ്പദോക്യ പ്രസിദ്ധമാണ്.

'ഗീഗർഗീയോസ്' എന്നതിന്റെ അർത്ഥം "നിലത്തു ജോലി ചെയ്യുന്നവൻ" അല്ലെങ്കിൽ "കൃഷിക്കാരൻ" എന്നായിരുന്നു. ജോർഗോസ് എന്ന ഗ്രീക്ക് വാക്കിൽ നിന്നും ജോർജിയോസ് എന്ന ഗ്രീക്ക് നാമത്തിൽ നിന്നും ഉരുത്തിരിഞ്ഞ പേരാണ് ജോർജ്ജ്.

പേരിന്റെ പൊരുളും കുല മഹിമയും തമ്മിൽ യാതൊരുവിധ പുല ബന്ധവും ഇല്ലെന്നു തന്നെ വേണം പറയാൻ. കാരണം പാലസ്തീനിലെ ഗ്രീക്ക് ക്രിസ്തീയ പ്രഭു കുടുംബത്തിലാണ്

ഗീവറുഗ്ഗീസ് ജനിച്ചത്. ജനനം AD 275 നും 285 നും ഇടയിലാണെന്നാണ് കണക്കാക്കപ്പെട്ടിട്ടുള്ളത്.

ഒരുപക്ഷെ അവിടത്തെ പാരമ്പര്യ തൊഴിലിനെ ആസ്പദമാക്കി ആയിരിക്കും 'ഗീഒർഗീയോസ് ജോർജ്ജ് എന്ന പേര് അവരുടെ പുത്രനു നല്കിയത്.

തീവ്രമായ ക്രിസ്തീയ വിശ്വാസത്തിലും ഭക്തിയിലും ഗീവറുഗീസ്സിനെ ചെറുപ്പം മുതലേ വളർത്താൻ തന്റെ അമ്മ പോളിസ് കോർത്തിയ ശ്രദ്ധിച്ചിരുന്നു.

കർത്താവിന്റെ കരുണയും സ്നേഹവും പ്രഭാഷണങ്ങളും ഉപമകളും ലോകത്തെ പ്രതി അനുഭവിച്ച കഷ്ടാനുഭവങ്ങളും ത്യാഗങ്ങളും കുരിശാരോഹണവുമെല്ലാം അവർ തന്റെ മകന്റെ മാനസ്സ നിലത്ത് നട്ടു നനച്ച് വളർത്തിയെടുത്തു. തന്റെ മകന്റെ ഓരോ ചുവടുകളും ഇടറാതിരിക്കാനുള്ള മാനസ്സിക ശക്തികൂടി ആയിരുന്നു കർത്താവിനെ കുറിച്ചുള്ള ആ ഉത്തേജക പരിശീലനം.

തന്റെ മകനു പകർന്നു കൊടുത്ത ആ മനോധൈര്യം എന്തുകൊണ്ട് തനിക്ക് ചോർന്നു പോകുന്നു എന്ന് അവർ ചിന്തിക്കാതിരുന്നില്ല. സ്വന്തം അനുഭങ്ങളിൽകൂടി കടന്നു പോകുമ്പോഴാണല്ലോ ജീവിത യാഥാർത്ഥ്യങ്ങൾ അറിയുകയും പഠിക്കുകയും ചെയ്യുന്നത്. ഒരുപക്ഷെ അതുകൊണ്ടായിരിക്കും കപ്പദോക്യ വിട്ടു പോകുമ്പോൾ തന്റെ മനം ഇപ്രകാരം ഇടറുന്നതും.

തന്റെ പിതാവിന്റെ വിയോഗത്തിൽ ഗീഒർഗീയോസും നന്നെ വിഷണ്ണനായിരുന്നു. ഇനി ഒരിക്കലും തിരിച്ചു കിട്ടാത്ത ആ സ്നേഹ നിധിയായ പിതാവിനെ ഓർത്ത് അവന്റെ ഇടനെഞ്ചും ഘനം വെച്ചിരുന്നു. വിഷാദം ഇനിയും അവന്റെ മുഖത്ത് തളം കെട്ടിയിരുന്നു.

പലപ്പോഴും അപ്പനോടൊപ്പമുള്ള കുതിര സവാരി അവന് ഹരം പകരുന്നതായിരുന്നു.

കുതിരയുടെ കടിഞ്ഞാൺ പിടിച്ച് എങ്ങനെ നിയന്ത്രിക്കണമെന്നൊക്കെ അപ്പൻ പഠിപ്പിച്ചതെല്ലാം അവന്റെ ചിന്താ

മണ്ഡലത്തിൽ ചിത്രം കണക്കെ തെളിയുമായിരുന്നു. ചെറുപ്പത്തിൽതന്നെ ഗീഓർഗിയോസ് കുതിര സവാരിയിൽ നൈപുണ്യം നേടിയിരുന്നു. അന്നത്തെ രീതിയനുസരിച്ച് ഗീവർഗീസ് കായികവിദ്യകളിലൊക്കെ പരിശീലനം സമ്പാദിച്ചു.

മാതാവ് പോളിസ് കോർത്തിയ മകനെ ചേർത്തു പിടിച്ച് ഉറച്ച തീരുമാനം എടുത്തു. അദ്ദേഹത്തിന്റെ സർവ്വ സമ്പത്തും മറ്റെല്ലാം ഉപേക്ഷിച്ച് വെറും കയ്യോടെ സ്വന്ത നാട്ടിലേക്ക് മടങ്ങുകതന്നെ. ഒരിക്കലും മരിക്കാത്ത തന്റെ പ്രാണ നാഥന്റെ ഓർമ്മകൾ അവർ നെഞ്ചിലേറ്റി. അതു മാത്രമാണ് തന്റെ സ്വത്തെന്ന് അവൾ ചിന്തിച്ചു.

കാരണം അവൾ വിശുദ്ധനാട്ടിൽ നിന്നുള്ളവളായിരുന്നു. മാതാവിന്റെ സ്വത്തിന് ഗീഓർഗീയോസ് അവകാശിയാവുകയും ചെയ്തു.

ഭർത്താവിന്റെ മരണ ശേഷം തന്റെ മകനെ യഥാർത്ഥ ക്രിസ്തീയ വിശ്വാസത്തിൽ വളർത്താനുള്ള ഉത്തരവാദിത്തം തുടരുക എന്നതല്ലാതെ ജീവിതത്തിൽ മറ്റൊരു ലക്ഷ്യവും അവർക്കില്ലായിരുന്നു.

തന്റെ മകൻ ദൈവ കൃപയിൽ വളരുന്നത് കാണുന്നതാണ് സന്തോഷവും ആശ്വാസവും, പുണ്യവും എന്ന് ആ അമ്മ കരുതി. എല്ലാ നല്ല പ്രവൃത്തികളും നന്മയും വിശുദ്ധിയും പതിനേഴു വയസ്സ് തികയും മുമ്പ് തന്റെ മകന് ലഭിച്ചിരുന്നതായി ആ മാതാവ് അറിഞ്ഞിരുന്നു.

വിധി അവരെ പിന്തുടർന്ന് വേട്ടയാടുന്നുണ്ടെന്ന് അവർ അറിഞ്ഞിരുന്നില്ല. ദുർഭാഗ്യവശാൽ പിന്നീട് മാതാവും മരിച്ചു. അപ്പോൾ ഗീഓർഗിയോസ്സിന് (ജോർജ്ജിന്) ഇരുപത് വയസ്സ് ആയിരുന്നു. അനാഥനായ ഗീഓർഗീയോസ് നിക്കൊമെദ്യ എന്ന നഗരത്തിലേക്ക് ചേക്കേറി.

തന്റെ മാതാവിന്റെ വേർപാടിനു ശേഷം ജോർജ്ജ് ഒരു പുതിയ അനുഭവത്തിലൂടെ കടന്നുപോയി. മാതാവിന്റെ പ്രേരണയിൽനിന്നു

ലഭിച്ച ദൈവിക സ്നേഹത്തിന്റെ മാധുര്യം അവൻ ആസ്വദിച്ചു. തന്റെ വിശ്വാസത്തിന്റെ ആഴത്തിലുള്ള ബന്ധം രക്ഷകനുമായി അടുത്തു വരുന്നതായി അനുഭവിച്ചറിയാൻ തുടങ്ങി. എല്ലാ യുവാൾക്കൾക്കും തനതായ ജീവിതാഭിലാഷങ്ങൾ പൊട്ടിമുളക്കുന്ന ഇളം പ്രായം. പക്ഷെ തന്റെ ജീവിതാഭിലാഷം ക്രൂശിക്കപ്പെട്ടവനുവേണ്ടി രക്തസാക്ഷിത്വത്തിന്റെ കിരീടം സ്വീകരിക്കാനുള്ള അവസരം വരുന്നതിനായി ആകാംക്ഷയോടെ കാത്തിരുന്നു.

മാതാവിന്റെ മരണം വളരെയേറെ ശൂന്യത അവശേഷിപ്പിച്ചു. അന്നു മുതൽ ജോർജ്ജ് ലോകത്തിന്റെ സ്നേഹവും അതിലുള്ള ആനന്ദങ്ങളും ഉപേക്ഷിക്കാൻ സ്വയം തീരുമാനമെടുത്തു. തന്റെ സ്വത്തുക്കളെല്ലാം ദരിദ്രർക്കിടയിൽ വിതരണം ചെയ്തു.

⸺≫≪⸺

2

ജോർജ്ജ് - ഡയോക്ലീഷ്യസ് ചക്രവർത്തിയുടെ സൈനിക സേവനത്തിൽ ചേരുന്നു.

തന്റെ പിതാവിന്റെ പാതയെ പിന്തുടരാൻ ജോർജ്ജ് തീരുമാനിച്ചു. അരോഗദ്യഢഗാത്രനായ ജോർജ്ജ് മാതാവിന്റെ മരണശേഷം സൈനിക സേവനത്തിനായി സ്വയം അർപ്പിച്ചു.

ജോർജിന്റെ പിതാവിനെ ഡയോക്ലേഷ്യൻ ചക്രവർത്തിക്ക് നന്നായി അറിയാമായിരുന്നു, അതുകൊണ്ടുതന്നെ ചക്രവർത്തി അദ്ദേഹത്തെ നേരിട്ട് ട്രിബ്യൂൺ പദവിയിലേക്ക് ഉയർത്തുകയും ചെയ്തു. സേനയുടെ ചുമതലയുള്ള ആറ് ഓഫീസർമാരിൽ ഒരാളായിരുന്നു ഒരു ട്രിബ്യൂൺ, ശക്തമായ കുതിരപ്പടയും ആയിരക്കണക്കിന് കാലാൾപ്പടയുമുള്ള സേന ആയിരുന്നു ഡയോക്ലേഷ്യൻ ചക്രവർത്തിയുടേത്. തന്റെ പിതാവിൽനിന്ന് കിട്ടിയ കുതിരമേലുള്ള പരിശീലനം ജോർജ്ജിനെ ആരും പ്രത്യേകം ശ്രദ്ധിക്കാൻ ഇടയാക്കി. അത്രകണ്ട് അദ്ദേഹം കുതിര സവാരിയിൽ പ്രഗല്ഭനായിരുന്നു.

ഡയോക്ലീഷ്യൻ ചക്രവർത്തിയുടെ കീഴിൽ റോമൻ സൈന്യത്തിൽ സേവനമനുഷ്ഠിച്ച ജോർജ്ജ് സാമ്രാജ്യത്തിനായുള്ള മികച്ച സേവനത്തിന് വളരെ ചെറുപ്പത്തിൽ തന്നെ നിരവധി തവണ പ്രശംസിക്കപ്പെട്ടു.

ഡെസിയാൻ ചക്രവർത്തിയുടെ ഭരണം മുതൽ, എഡി 284 വരെ, ഡയോക്ലീഷ്യൻ ചക്രവർത്തിയാകുന്നതുവരെ, ക്രിസ്ത്യൻ സഭകൾ സമാധാനത്തിന്റെയും സമൃദ്ധിയുടെയും കാലഘട്ടത്തിലൂടെ കടന്നുപോയി. 284 നവംബർ 20 മുതൽ 305 മേയ് 11 വരെ റോമൻ ചക്രവർത്തിയായിരുന്നു ഡയോക്ലേഷ്യൻ ((ഗായസ് ഔറേലിയസ്

വലേരിയസ് ഡയോക്ലെഷ്യനസ്) എന്നായിരുന്നു അദ്ദേഹത്തിന്റെ മുഴുവൻ പേര്.

ഡെസിയാൻ ചക്രവർത്തിയുടെ കാലത്ത് ക്രിസ്ത്യാനികൾ സർക്കാരിൽ പ്രധാന സ്ഥാനങ്ങൾ വഹിക്കുകയും നിരവധി പള്ളികളും സ്കൂളുകളും നിർമ്മിക്കുകയും സഭയുടെ പ്രാരംഭ ഘടനക്ക് തുടക്കം കുറിക്കുകയും ചെയ്തിരുന്നു.

എന്നാൽ ഡയോക്ലീഷ്യസ് ക്രിസ്തീയ വിരോധിയായ ഒരു ഭരണാധികാരി ആയിരുന്നു. ഒരു ഭരണകൂടത്തിൽ ഒരു മതം മാത്രമെ തന്റെ രാജ്യത്തെ ഏകീകരിക്കാൻ കഴിയു എന്ന് ഡയോക്ലീഷ്യൻ വിശ്വസിച്ചു. പുറജാതീയത ഭരണകൂട മതമായതിനാൽ, ഡയോക്ലീഷ്യൻ ക്രിസ്തുമതത്തെ അടിച്ചമർത്തുന്നതിലേക്ക് തന്റെ ശ്രമങ്ങൾ കേന്ദ്രീകരിച്ചു.

റോമൻ സാമ്രാജ്യത്തിന്റെ ഭരണം സുഗമമാക്കാൻ അയാൾ സാമ്രാജ്യത്തെ രണ്ട് പ്രവശ്യകളായി വിഭജിച്ചു. കിഴക്കൻ റോമൻ സാമ്രാജ്യവും പടിഞ്ഞാറൻ റോമൻ സാമ്രാജ്യവും. എന്നിരുന്നാലും മതത്തിന്റെ പേരിൽ അദ്ദേഹം നിരവധി ആളുകളെ പ്രത്യേകിച്ച് ക്രിസ്ത്യാനികളെ പീഡിപ്പിക്കുകയും കൊല്ലുകയും ചെയ്തു പോന്നു.

ഡയോക്ളീഷ്യസ് (ചിത്രം കടപ്പാട്)

ഡയോക്ലീഷ്യസ് ഒരു അടിമയുടെ ചെറുമകനായിരുന്നു. ദരിദ്രരായ മാതാപിതാക്കളുടെ മകനായി ദാൽമേഷ്യയിലാണ് അദ്ദേഹം ജനിച്ചത്. റോമൻ ചക്രവർത്തിയായ ഡയോക്ലെഷ്യൻ ഏകദേശം 245-ൽ ജനിച്ചു.

സ്ഥാനാരോഹണത്തിന് മുമ്പ് ഡയോക്ലീഷ്യൻ ഒരു സധാരണ പട്ടാണക്കാരൻ മാത്രമായിരുന്നു. ജീവിതത്തിന്റെ ഭൂരിഭാഗവും അയാൾ സൈനിക ബാരക്കുകളിലാണ് കഴിഞ്ഞിരുന്നത്. അന്ന് അദ്ദേഹം **കാരീനസ്** ചക്രവർത്തിയുടെ അംഗരക്ഷകരിൽ ഒരു അംഗം മാത്രമായിരുന്നു.

പേർഷ്യക്കാരുമായി യുദ്ധം ചെയ്യാൻ കാരീനസും ഇല്ലിയേറിയൻമാരും ചേർന്ന് റിക്രൂട്ട് ചെയ്ത സൈനികരിൽ ഒരാളായിരുന്നു ഡയോക്ലീഷ്യസ്.

ഒരിക്കൽ കാരീനസിന്റെ സഹോദരനും സഹചക്രവർത്തിയുമായ **ന്യൂമേറിയൻ** സംശയാസ്പദമായി മരിച്ചതായി കണ്ടെത്തി. അവന്റെ വളർത്തു പിതാവായ **പ്രെറ്റോറിയൻ പ്രിഫെക്റ്റ് ആപ്പർ**

(ചുരുക്കപ്പേര്- **അരി അപ്രോം** അല്ലെങ്കിൽ **ആപ്പർ**) അധികാരം നേടുന്നതിനായി അവനെ കൊലപ്പെടുത്തിയതായി കരുതുന്നു.

അധികാരം കൈക്കലാക്കുന്നതിനു വേണ്ടി ആപ്പർ തന്നെയാണ് സഹ ചക്രവർത്തിയായിരുന്ന ന്യൂമേറിയന്റെ കൊലപാതകൻ എന്ന് ഡയോക്ലീഷ്യൻ മനസ്സിലാക്കിയിരുന്നു.

തുടർന്ന് പട്ടാളക്കാർ ആപ്പറിനെ (അപ്രയെ) ചങ്ങലയിലിട്ടു. ഒരു പന്നിയെ കൊല്ലുന്ന ദിവസം ഡയോക്ലീഷ്യൻ ചക്രവർത്തിയാകുമെന്ന് നേരത്തെ മുന്നറിയിപ്പ് നൽകിയിരുന്നു. ആ പന്നിയെന്ന പ്രയോഗം തികച്ചും ആപ്പറിന്റെ മരണത്തേക്കുറിച്ചായിരുന്നു. അങ്ങനെ ഡയോക്ലീഷ്യസ് ആപ്പറിനെ സൈന്യത്തിന് മുന്നിൽ വാളുകൊണ്ട് കുത്തിക്കൊന്നു.

എന്നിട്ട് "ഞാൻ പന്നിയെ കൊന്നു" എന്ന് വിളിച്ചുപറഞ്ഞു. അങ്ങനെ അദ്ദേഹം റോമൻ ചക്രവർത്തിയാകുകയും ഡയോക്ലീഷ്യൻ എന്ന പേര് സ്വീകരിക്കുകയും ചെയ്തു.

പിന്നീട് സാമ്രാജ്യത്വ വസ്ത്രം ധരിച്ച് ഡയോക്ലീഷ്യൻ ആദ്യമായി ചക്രവർത്തി പദത്തിൽ പരസ്യമായി പ്രത്യക്ഷപ്പെട്ടു.

ന്യൂമേറിയൻ സ്വാഭാവികമായും അല്ലെങ്കിൽ മിന്നലാക്രമണം മൂലവും മരിച്ചു. പിന്നീട് ആപ്പറിന്റെ മരണവും. അങ്ങനെ ഡയോക്ലീഷ്യൻ തന്റെ സർവ്വ എതിരാളികളിൽ നിന്ന് മോചിതനായി.

284 നവംബർ 20-ന് ചക്രവർത്തിയായി പ്രഖ്യാപിക്കപ്പെട്ട ഡയോക്ലീഷ്യൻ, തന്റെ സൈന്യത്തിന്റെ ആധിപത്യ പ്രദേശങ്ങൾ ഏഷ്യാമൈനറും സിറിയയും മാത്രമായിരുന്നുള്ളു അന്ന്. ബാക്കിയുള്ള സാമ്രാജ്യം ന്യൂമേറിയന്റെ സഹോദരൻ കാരീനസിന്റെ അധീനതയിൽ ആയിരുന്നു.

എന്നാൽ ജൂലിയസ് എന്ന സൈനിക നേതാവ് കാരീനസ്സിന്റെ നേരെ സൈനിക പ്രക്ഷോഭം ആരംഭിക്കുകയും അതിനെ കാരീനസ്

അടിച്ചമർത്തി ജൂലിയസ്സിനെ വധിക്കുകയും ചെയ്തു. തുടർന്ന് കാരീനസ് ഡയോക്ലെഷ്യനെ ആക്രമിച്ചു.

പക്ഷെ കരീനസ്സിന്റെ നിർഭാഗ്യമെന്നു പറയട്ടെ മാർഗസ് (മൊറവ) എന്ന സ്ഥലത്ത് ഡാന്യൂബ് നദികൾക്ക് സമീപം കാരീനസ്സിനെ ഒരു സംഘം സൈന്യം വധിക്കുകയാണുണ്ടായത്. അല്ലെങ്കിൽ ഡയോക്ലീഷ്യൻ പരാജയപ്പെടുമായിരുന്നു. പിന്നീട് കാരീനസ്സിന്റെ രാജ്യങ്ങളുടെ മേലും ഡയോക്ലീഷ്യൻ ചക്രവർത്തിയായി.

ഡയോക്ലീഷ്യസ് തന്റെ സാമ്രാജ്യത്തെ ആക്രമിച്ചിരുന്ന ബാർബേറിയൻ ഗോത്രങ്ങളെയും അടിച്ചമർത്തുകയും അതിന്റെ അതിർത്തികൾ സുരക്ഷിതമാക്കുകയും ചെയ്തു. പിന്നീട് അദ്ദേഹം തന്റെ സാമ്രാജ്യത്തിന്റെ ആഭ്യന്തര കാര്യങ്ങളിൽ ശ്രദ്ധ കേന്ദ്രീകരിക്കാൻ തുടങ്ങി. അതുപോലെതന്നെ തന്റെ രാജ്യം തങ്ങളുടെ മാത്രം മതത്തിൽ വിശ്വസിക്കുന്നവരായിരിക്കണമെന്നും അതിനാൽ പുറജാതികളായ ക്രിസ്ത്യാനികളെ അടിച്ചമർത്താനും അയാൾ തന്റെ ശ്രമങ്ങൾ നടത്തിക്കൊണ്ടിരുന്നു.

➤➤⧫⧫⧫⧫⧫

3

ജോർജ്ജിന്റെ കുതിരയെക്കുറിച്ചുള്ള അഭ്യൂഹങ്ങൾ

ജോർജ്ജിന്റെ കുതിരയെക്കുറിച്ചുള്ള അഭ്യൂഹങ്ങൾ പലയിടത്തും പ്രതിപാദിക്കുന്നത് കാണാം. എന്നാൽ അപ്പോക്രിഫ (ക്രൈസ്തവാരാധനയിൽ പരസ്യവായനയ്ക്ക് അംഗീകരി-ക്കപ്പെട്ടിട്ടുള്ള കാനോനിക ഗ്രന്ഥങ്ങളിൽ ഉൾപ്പെടാത്ത വേദഗ്രന്ഥങ്ങളെയാണ് അപ്പോക്രിഫാ എന്നു പറയുന്നത്). നിഗൂപ്തങ്ങളായ രേഖകൾ എന്നാണ് ഈ വാക്കിന്റെ അർഥം.

പഴയനിയമത്തിലും പുതിയനിയമത്തിലും പ്രത്യേകം അപ്പോക്രിഫാ ഗ്രന്ഥങ്ങൾ ആസൂത്രണം ചെയ്തപ്പോൾ **ബയാർഡിനെ** സെന്റ് ജോർജ്ജിന്റെ കുതിരയായി പോലും കണക്കാക്കിയത് ഇപ്പോഴും വിചിത്രമായാണ് കാണുന്നത്. കാരണം ഇത് ഒരു അനാക്രോണിസമാണ്. (അനാക്രോണിസം - എന്നത് ചില ക്രമീകരണങ്ങളിലെ കാലാനുസൃതമായ പൊരുത്തക്കേടാണ്- ഒരു ഭാഷയിൽ നിന്ന് മറ്റൊന്നിലേക്ക് മാറ്റം ചെയ്യുമ്പോൾ വരുന്ന അപാകത).

അങ്ങനെയാണ് ബയാർഡ് ഒരു യഥാർത്ഥ ഐതിഹാസിക കുതിരയായി മാറുന്നത്. എന്നാൽ സെന്റ് ജോർജുമായി ബയാർഡ് എന്ന കുതിരയ്ക്ക് യാതൊരു വിധ ബന്ധവുമില്ല.

ബയാർഡ് അടിസ്ഥാനപരമായി ഒരു മാന്ത്രിക കുതിരയായിരുന്നു. അതിന് മനുഷ്യന്റെ സംസാരം മനസ്സിലാക്കാനും തന്റെ പുറത്തു കയറിയ ആളിന്റെ സൗകര്യത്തിനനുസ്സരിച്ച് സ്വയം വലിപ്പം ക്രമീകരിക്കാനും ആ കുതിരക്കു കഴിയുമായിരുന്നു എന്ന് കരുതുന്നു.

⟶⟩⟩⟨⟨⟵

4
ഔദ്യോഗിക സന്ദർശന വേളയിൽ സർപ്പത്തെ കൊല്ലുന്നു.

ജോർജ്ജ് വ്യാളിയെ കൊല്ലുന്നു. (ചിത്രം കടപ്പാട്)

ജോർജ്ജ് തന്റെ ഔദ്യോഗിക സന്ദർശന വേളയിൽ ലിബിയ പ്രദേശത്തിൽ സിലീൻ എന്ന് വിളിക്കപ്പെടുന്ന ഒരു നഗരത്തിൽ എത്തിച്ചേർന്നു.

അവിടത്തെ രാജാവ് ക്രിസ്തീയ വിരോധിയും അവരെ പീഡിപ്പിക്കുകയും കൊല്ലുകയും ഒക്കെ ചെയ്തിരുന്നു. ആ

നഗരത്തിന്നരികെ ഒരു വലിയ കുളം (തടാകം) ഉണ്ടായിരുന്നു. അവിടത്തെ പ്രദേശവാസികളെ മൊത്തം സങ്കടത്തിലാഴ്ത്തി ഒരു മഹാസർപ്പം ആ തടാകത്തിൽ കഴിഞ്ഞിരുന്നു. ഈ മഹാസർപ്പം പ്രദേശത്തെ ഒന്നാകെ ഭീഷണിപ്പെടുത്തി. ജനങ്ങൾ തങ്ങളുടെ നഗരത്തിന്റെ മതിലുകൾക്കുള്ളിൽ ജീവിക്കാൻ നിർബന്ധിതരായി. ഇത് അവരുടെ ദൈനംദിന ജീവിതത്തെതന്നെ കാര്യമായി ബാധിക്കുകയുണ്ടായി. വയലുകളിൽ കൃഷി ചെയ്യുന്നതിനും ആടുകളെ മേയ്ക്കുന്നതിനും തടസ്സമായി വന്നു.

അവിടെ അത് തരമ്പോലെ ആടുകളെ വിഴുങ്ങുകയും പിന്നീട് നിവാസികൾക്ക് നേരെ തിരിയുകയും ചെയ്തു. ആടുകളെ തിന്നുന്നത് മാത്രം ആ സർപ്പത്തിന് മതിയാകാതെ വന്നപ്പോൾ അവർ അതിന് ആടിനെയും ഒപ്പം മനുഷ്യനെയും തിന്നാൻ കൊടുത്തു തുടങ്ങി.

ആ നാട്ടിലെ രാജാവും കൂട്ടരും പലതവണ ആ മഹാ വ്യാളിയെ കൊല്ലുന്നതിനായി ശ്രമിച്ചെങ്കിലും പരാജയപ്പെടുകയാണ് ഉണ്ടായത്.

വ്യാളിയെ കൊല്ലാൻ കഴിയാത്തത് എന്ത് എന്ന് അവിടത്തെ ജനങ്ങൾ രാജാവിന്റെ അടുത്ത് തിരക്കാൻ ചെന്നു. പക്ഷെ രാജാവ് പ്രധാന പൂജാരിയുടെ നിർദ്ദേശ പ്രകാരം മറുപടി പറഞ്ഞു. "അത് ദേവന്മാരാൽ അയക്കപ്പെട്ടതാണ് അതുകൊണ്ട് നമ്മൾ ഓരോരുത്തരും ഭക്ഷണമായി തങ്ങളുടെ മക്കളെ ഊഴമനുസ്സരിച്ച് കൊടുക്കണം" എന്ന്.

ഇതു കേട്ടപ്പോൾ അവർ ഭീതി നിറഞ്ഞവരായി. മറിച്ചൊന്നും പറയാതെ രാജാവിന്റെ വാക്ക് അനുസ്സരിച്ചു അവിടെനിന്നും മടങ്ങി. പിന്നീട് നറുക്കെടുപ്പിലൂടെ ആരെയാണ് വ്യാളിക്ക് തീറ്റയായി കൊടുക്കേണ്ടതെന്ന് കണ്ടെത്താൻ രാജാവ് കല്പിച്ചു. നഗര വാസ്സികൾ തങ്ങളുടെ മക്കളുടെ ഊഴം

വരുമ്പോൾ കരഞ്ഞും വിലപിച്ചും അവരെ വ്യാളിക്ക് കൊടുത്തു വന്നു.

അതൊരു രാക്ഷസനാണെന്നും അതിന്റെ പേര് **ലെർണ** എന്നും അവിടെ വസിക്കുന്നവർ പറയുന്നു. അതിന് ചിറകുകൾ ഉണ്ടായിരുന്നു. തലയിൽ പൂവും തീഗോളമ്പോലെ ചുവന്ന കണ്ണുകളുമായിരുന്നു അതിന്റേത്. ഇരുമ്പിനു തുല്യമായ തിളങ്ങുന്ന നീലയും പച്ചയും കലർന്ന പരുക്കൻ ചെതുമ്പലുകൾ അതിന്റെ മുതുകിൽ നിറഞ്ഞിരുന്നു. അതിന്റെ ചെതുമ്പലുകൾ വളരെ കഠിനമായിരുന്നു. അതുകൊണ്ട് അതിന്റെ ശരീര ഭാഗം ഏതു തരത്തിലുള്ള ആക്രമണങ്ങളിൽ നിന്നും സുരക്ഷിതമായിരുന്നു. ചിറകുകൾ ചലിപ്പിക്കുമ്പോൾ തടാകത്തിൽ തിരകൾ ഇളകി വരാറുണ്ട്. നീണ്ട വാല് ചുഴറ്റുമ്പോൾ മിന്നൽപ്പിണരുകൾ പുറപ്പെടും. അതിന്റെ നാവിന്റെ അറ്റം രണ്ടായി പിളർന്നിരുന്നു. അതിന്റെ സീൽക്കാര ശബ്ദം അവിടെ പ്രകമ്പനം കൊള്ളിക്കുമായിരുന്നു. വായിൽ നിന്ന് തീ പടർത്തി അത് ശത്രുവിന്റെ നേരെ പാഞ്ഞടുത്തിരുന്നു. മുതലയുടെ കാലുകളെക്കാൾ വലിപ്പമുള്ള കാലുകളായിരുന്നു അതിന്റേത്. കൂർത്ത നഖങ്ങളും പല്ലുകളും അതിന്റെ സവിശേഷത ആയിരുന്നു.

ഏതൊരാൾക്കും ഒരു ദിനം ഉണ്ട് എന്നതുപോലെ ഇത്തവണ വ്യാളിക്ക് ഭക്ഷണമായി കൊടുക്കേണ്ടതിന് രാജാവിന്റെ മകളുടെ ഊഴമാണ് നറുക്കിലൂടെ വന്നിരിക്കുന്നത്. പക്ഷെ രാജാവ് തന്റെ മകൾക്ക് വീണ നറുക്കിനെ വിസമ്മതിക്കാൻ തുനിഞ്ഞു.

ഗത്യന്തരമില്ലാതെ രാജാവ് അതി ദു:ഖിതനായി. എന്റെ മകളെ രക്ഷിക്കു. എന്റെ മകൾക്കു പകരം ഞാൻ സ്വയം സർപ്പത്തിന് ഭക്ഷണമായിക്കൊള്ളാം. തന്റെ പ്രിയപ്പെട്ട മകളെ തന്റെ കണ്മുമ്പിൽ കുരുതി കൊടുക്കയോ?! സ്വപ്നത്തിൽ പോലും ചിന്തിക്കാത്ത കാര്യത്തിന് താൻ സാക്ഷിയാകുവാൻ പോകുന്നു. മനസ്സിൽ സർവ്വ ദൈവങ്ങളെയും വിളിച്ച് രാജാവ് പ്രാർത്ഥിച്ചു. അവിടെ ദാരുണമായ രംഗങ്ങൾ അരങ്ങേറി. രാജാവ് നെഞ്ചത്തടിച്ചും, സ്വന്ത മുഖത്ത്

തല്ലിയും കരഞ്ഞു. എന്റെ പ്രിയപ്പെട്ട കുഞ്ഞേ, നിന്റെ പെട്ടെന്നുള്ള മരണം ഞാൻ എങ്ങനെ കാണും? എങ്ങനെ സഹിക്കും? അയ്യോ മകളേ അൽപ്പസമയത്തിനുള്ളിൽ ഈ മഹാ വ്യാളി നിന്നെ വിഴുങ്ങിക്കളയും. അയ്യോ മകളേ നീ ഈ കൊട്ടാരത്തിന്റെ കെടാവിളക്കു തന്നെയായിരുന്നു. ആ വിളക്ക് അല്പ സമയത്തിനുള്ളിൽ അണയാൻ പോകുന്നു.

അപ്പോൾ രാജകുമാരി തന്റെ പിതാവിന്റെ മുന്നിൽ മുട്ടുകുത്തി വീണു. എന്നിട്ട് പറഞ്ഞു "പിതാവേ എനിക്കുവേണ്ടി അങ്ങ് ഇത്ര ദു:ഖിതനാവരുത്, മറ്റുള്ള കന്യകമാർ സർപ്പത്തിനു ഭക്ഷണമായതുപോലെ ഞാനും ആയിക്കൊള്ളാം. നിന്റെ എല്ലാ പ്രജകളും മരിക്കുന്നതിനേക്കാൾ നല്ലത് ഞാൻ മരിക്കുന്നതാണ്. മഹാസർപ്പം എന്റെ ദേഹം നുകരുമ്പോൾ നിന്റെ ദേശം പിന്നെ ദു:ഖിക്കേണ്ടി വരില്ല".

അയാൾ തന്നെത്തന്നെ മറന്ന് വിലപിച്ചു "അയ്യോ മകളേ നിന്റെ കല്യാണം എവിടെയാണ് ഞാൻ ആഘോഷിക്കുക? നീ ഇല്ലാതെ ഞാൻ എങ്ങനെ ജീവിക്കും? പ്രഭുക്കന്മാരേ, എന്നോടു വിട്ടുവീഴ്ച ചെയ്യാൻ ഞാൻ നിങ്ങളോട് അപേക്ഷിക്കുന്നു. നിങ്ങൾ ആഗ്രഹിക്കുന്നത്ര സമ്പത്തും എന്റെ രാജ്യം പോലും ഞാൻ നിങ്ങൾക്ക് വാഗ്ദാനം ചെയ്യുന്നു, എന്നാൽ എനിക്ക് ഒരു ഉപകാരം ചെയ്യൂ. എന്റെ ഒരേയൊരു കുട്ടിയെ എനിക്ക് തരൂ, ഇല്ലെങ്കിൽ ഞാനും അവളുടെ കൂടെ മരിക്കാൻ പോകും".

എന്നാൽ ആരും രാജാവിന്റെ വാക്കുകൾ കേൾക്കാൻ കൂട്ടാക്കിയില്ല. നഗരവാസികൾ അതിനെ നഖശിഖാന്തം എതിർത്തു. തങ്ങൾക്ക് അരുമയായിരുന്ന സ്വന്തം മക്കളെ അവർ ഊഴം വന്നപ്പോൾ മഹാസർപ്പത്തിന് കൊടുത്തതാണ്. അതുകൊണ്ട് നറുക്കനുസ്സരിച്ച് രാജാവിന്റെ മകളെ സർപ്പത്തിന് കൊടുക്കണമെന്ന് ജനങ്ങൾ ഏക കണ്ഠേനെ ആർത്തു വിളിച്ചു.

ഒടുവിൽ തന്റെ മകളെ ഒരു വധുവിനെപ്പോലെ അണിയിച്ചൊരുക്കി. നിറകണ്ണുകളോടെ അവളെ കെട്ടിപ്പിടിച്ച്

ചുംബിച്ചു. എന്നിട്ട് സർപ്പത്തിന് ഭക്ഷണമായി കൊടുക്കേണ്ട സ്ഥലത്തേക്ക് ആനയിച്ചു. അവളുടെ മൃദുലമായ കൈകാലുകൾ ബന്ധിച്ചു. എല്ലാവരോടും യാത്ര പറഞ്ഞു, "എന്റെ പ്രിയപ്പെട്ട പിതാവേ വിട". അവൾ വീണ്ടും പറഞ്ഞു, "എനിക്കു പകരമായി എന്റെ അമ്മ നിനക്കു മറ്റൊരു കുട്ടിയെ പ്രസവിച്ചു തന്നേക്കാം .എന്റെ നാടിന്റെ നന്മയ്ക്കുവേണ്ടി മരണം വരിക്കാൻ എനിക്ക് ഏറ്റവും ഇഷ്ടമാണ്." രാജാവും രാജ്ഞിയും അവരുടെ എല്ലാ പരിവാരങ്ങളും കരയുന്ന കണ്ണുകളോടെയാണ് അവളെ യാത്രയാക്കിയത്..

അത്ഭുതമെന്നു പറയട്ടെ അപ്പോഴാണ് ജോർജ്ജ് ഔദ്യോഗിക യാത്രാ മധ്യേ അവിടെ എത്തുന്നത്.

ഒരിക്കലും കണ്ടിട്ടില്ലാത്ത ഒരു പട്ടാള അധികാരി. ആരും അദ്ദേഹത്തെ നോക്കിപ്പോകും. കട്ടി മീശയുള്ള സുന്ദരനും അരോഗദൃഢ ഗാത്രനുമായിരുന്നു അയാൾ. പട്ടാള ഉദ്യോഗസ്ഥന്റെ സ്ഥാനത്തിനൊത്ത പടക്കോപ്പുകളണിഞ്ഞ വേഷഭൂഷാതികളിൽ അദ്ദേഹത്തിന്റെ പ്രൗഢത വളരെ സവിശേഷതകൾ നിറഞ്ഞതായിരുന്നു.

വളരെ സൗമ്യനായി തോന്നിയിരുന്നെങ്കിലും മുഖത്ത് ഗാംഭീര്യം നിറഞ്ഞു നിന്നിരുന്നു. കുതിരപ്പുറത്തുള്ള പ്രസരിപ്പും ചുറുചുറുക്കും ആരെയും ആഹ്ലാദിപ്പിക്കുന്നതായിരുന്നു.

അവിടെ എന്താണ് നടക്കുന്നതെന്ന് ജോർജ്ജ് കൂടി നിന്നവരോട് ചോദിച്ചു. മഹാസർപ്പത്തെക്കുറിച്ചുള്ള വിവരങ്ങൾ അവർ അദ്ദേഹത്തെ പറഞ്ഞു മനസ്സിലാക്കി.

നറുക്കിലൂടെ സർപ്പത്തിന് ഭക്ഷണമായി കൊടുക്കേണ്ട ഊഴം വന്നിരിക്കുന്നത് രാജകുമാരി **സാമ്പ്രക്ക്** ആണെന്നും മറ്റും. അപ്പോൾ അവിടെ കൂടി നിന്നവരോടായി ജോർജ്ജ് പറഞ്ഞു.

"യേശു ക്രിസ്തുവിന്റെ നാമത്തിൻ ഞാൻ നിങ്ങളെ സഹായിക്കാം".

എന്നാൽ അവർ അതിൽ വിശ്വസിക്കാതെ പറഞ്ഞു.

"ഞങ്ങളുടെ രാജാവും ഭടന്മാരും വളരെ പണിപ്പെട്ടു നോക്കി അതിനെ വകവരുത്താൻ. എന്നിട്ടുപോലും കഴിയാത്ത നിങ്ങൾക്ക് ഒന്നും ചെയ്യാൻ കഴിയില്ല, നിങ്ങൾ വന്ന വഴിക്കുതന്നെ മടങ്ങി പോക" എന്ന്.

അവളുടെ കവിൾത്തടങ്ങളിൽ കൂടി ഉരുകുന്ന സങ്കടങ്ങൾ നീർച്ചാലുകളായ് ഒഴുകി. തിരകൾക്കു മുകളിൽ ഒരു രാക്ഷസൻ തലയുയർത്തി. അതു മുന്നോട്ടു നീങ്ങി. കന്യക നിലവിളിച്ചു. അവളുടെ നിലവിളിക്ക് ആർക്കും മറുപടി നല്കാൻ കഴിഞ്ഞില്ല. നാഴിക ചെറുതും സമയം വേഗമേറിയതുമാണ്. എന്തു നടക്കും എന്നുള്ള ആകാംഷയോടെ എല്ലാവരും ഉറ്റുനോക്കുന്നുണ്ടായിരുന്നു.

ഒരു കവിണയിൽ നിന്ന് കല്ല് കുതിക്കുന്നതുപോലെ സർപ്പം അടുക്കാൻ തുടങ്ങിയിരുന്നു. വ്യാളിക്ക് തന്റെ വന്യമായ ക്രോധം അടക്കാൻ കഴിഞ്ഞില്ല. അവർ തമ്മിൽ സംഭാഷണം തുടരുമ്പോൾ സർപ്പം അവരുടെ ഇടയിലേക്ക് ചീറ്റി അടുത്തു.

ജോർജ്ജ് തന്റെ കുതിരയെ സജ്ജമാക്കി. ഒരു യുദ്ധ തയ്യാറെടുപ്പെന്നതുപോലെ ജോർജ്ജ് തന്റെ ഷൂവിട്ട കാലുകൾ കുതിരയുടെ പാർശ്വ ഭാഗങ്ങളിൽ ചലിപ്പിച്ചു. തികച്ചും പരിശീലനം കിട്ടിയ കുതിരയ്ക്ക് തന്റെ യജമാനന്റെ ഓരോ ചലങ്ങളും തിരിച്ചറിഞ്ഞ് തന്നെത്താൻ തയ്യാറാക്കാൻ കഴിഞ്ഞിരുന്നു. കുതിര അതിന്റെ കുഞ്ചി രോമങ്ങളും വാൽ രോമങ്ങളും എല്ലാം സട വിടർത്തി ഒരു യോദ്ധാവിന് അങ്കത്തിന് സാഹചര്യമൊരുക്കുന്നതുപോലെ സർപ്പത്തിനു മുകളിൽ കുതിച്ചു നിന്നു. നല്ല പരിശീലനം ലഭിച്ചിട്ടുള്ള കുതിര സർപ്പത്തിന്റെ പ്രതിരോധങ്ങൾക്കനുസ്സരിച്ച് തന്റെ നായകന് അവസ്സരങ്ങൾ ഒരുക്കി കൊടുത്തുകൊണ്ടിരുന്നു.

അവിടെ കൂടി നിന്നവരെല്ലാം ഭയന്ന് പരിഭ്രാന്തി നിറഞ്ഞവരായി. അവരെയെല്ലാം ജോർജ്ജ് തടഞ്ഞുനിർത്തി സമാധാനപ്പെടുത്തിക്കൊണ്ട് പറയുന്നുണ്ടായിരുന്നു.

"നിങ്ങൾ ദൈവത്തിൽ വിശ്വസിച്ചാൽ മാത്രം മതി. സർപ്പത്തെ കൊല്ലുവാൻ ദൈവം കൂട്ടുണ്ടാകും നിങ്ങൾ ഒട്ടും ഭയപ്പെടേണ്ട, പക്ഷേ നിങ്ങൾ കർത്താവായ യേശുക്രിസ്തുവിൽ ആശ്രയിക്കുകയും അവനിൽ വിശ്വസിക്കുകയും ചെയ്യുക. കാരണം നിങ്ങളെ രക്ഷിക്കാൻ എന്നെ അയച്ചത് അവനാണ്." എന്ന്.

തന്റെ ഇരയെ സ്വന്തമാക്കാൻ സർപ്പം ശ്രമിക്കുന്നുണ്ടായിരുന്നു. ചിറകുകൾ വിടർത്തി അത് ഗർജ്ജിച്ചു. മുകളിലോട്ടും താഴേയ്ക്കും അത് കുതിച്ചു. വ്യാളിയുടെ വായിൽ നിന്ന് തീ ചീറ്റുന്നുണ്ടായിരുന്നു.

അപ്പോൾ ജോർജ്ജ് കർത്താവിനെ ധ്യാനിക്കുകയും കുരിശു വരച്ചുകൊണ്ട് ഉറയിൽ നിന്ന് വാളൂരി സർപ്പവുമായി ഒരു നീണ്ട പോരാട്ടം നടക്കുന്നതിനിടയിൽ സർപ്പത്തെ വെട്ടുകയും ചെയ്തു. ഇരുമ്പിനു തുല്യമായ അതിന്റെ ചെതുമ്പലിൽ വാൾ തട്ടിയപ്പോൾ തീപ്പൊരികൾ ചിന്നിച്ചിതറി. മുറിവേറ്റ കാട്ടുപന്നിയെപ്പോലെ അത് പരാക്രമം കൊണ്ടു. സർവ്വ ശക്തിയോടെ വ്യാളി ജോർജ്ജിനെ കീഴ്പ്പെടുത്താൻ ശ്രമിച്ചു. അതിന്റെ രക്തത്താൽ തടാകത്തിലെ വെള്ളം ചുവന്നു.

ജോർജ്ജ് കുന്തമെടുത്ത് അതിനെ പ്രഹരിച്ചു. അതിന്റെ ശക്തി ക്ഷയിച്ചു തുടങ്ങിയിരുന്നു. പിന്നീട് അതിന്റെ വായിൽ കുത്തിയിറക്കി അതിനെ കൊല്ലുകയും ചെയ്തു. അവിടെ കൂടി നിന്നവർ സന്തോഷാധിക്യത്താൽ നിലവിളിച്ചുകൊണ്ട് കരഘോഷങ്ങൾ മുഴക്കി.

മഹാസർപ്പത്തിന്റെ ജഡം വയലിൽ നിക്ഷേപിച്ചു. ജനങ്ങൾ വിജയാരവം മുഴക്കി ജോർജ്ജിനെ രാജധാനിയിലേക്ക് ആനയിച്ചു.

തന്റെ മകൾക്ക് ഇതിലും അനുയോജ്യനായവൻ വേറെയില്ലെന്ന് രാജാവ് മനസ്സിൽ നിരൂപിച്ചു. ജോർജ്ജിന് അവിടത്തെ

അധികാരവും, സ്ഥാനമാനങ്ങളും രാജകുമാരിയെ വിവാഹം ചെയ്തു കൊടുക്കാമെന്നും രാജാവ് പറഞ്ഞു. പക്ഷെ തന്റെ കർമ്മ പദത്തിൽ ഉറച്ചുനിന്ന് കർത്താവിനുവേണ്ടി പ്രവർത്തിക്കുകയാണ് തന്റെ ലക്ഷ്യമെന്ന് ജോർജ്ജ് രാജാവിനെ അറിയിച്ച് അവിടെനിന്നും യാത്രയായി.

വിജാതിയരായിരുന്ന അവിടത്തെ രാജാവും ജനങ്ങളും ക്രിസ്തുവിൽ വിശ്വസിച്ച് സ്നാനമേറ്റു. അതിനു ശേഷം രാജാവ് അവിടെ ഒരു പള്ളി സ്ഥാപിച്ചു തന്റെ വിശ്വാസത്തിന്റെ പ്രതീകമായി.

5

ജോർജ്ജിന്റെ ഔദ്യോഗിക ജീവിതവും ക്രിസ്തീയ സഭകളുടെ അടിത്തറ പാകലും

അഗമ്യമായ ചിന്തയും സുദൃഢമായ കർമ്മനൈപുണ്യവും ചാതുര്യതയും വിശിഷ്ട സേവനവും സ്വഭാവ ശ്രേഷ്ഠത അങ്ങനെ എല്ലാം കൊണ്ടും ജോർജ്ജിന് സൈന്യത്തിൽ പടിപടിയായി ഉയർച്ച കിട്ടി. താൻ ധീരനായ ഒരു പട്ടാളക്കാരനാണെന്ന് നന്നേ ചെറുപ്പത്തിൽ തന്നെ തെളിയിക്കുകയും ചെയ്തു.

പിന്നീട് അദ്ദേഹത്തിന് ചക്രവർത്തിയുടെ അംഗരക്ഷകനായി സ്ഥാനക്കയറ്റം ലഭിച്ചു. ഒട്ടും താമസ്സിയാതെ തന്നെ അദ്ദേഹത്തെ ട്രിബ്യൂണൽ പദവിലേക്ക് ഉയർത്തി. നയതന്ത്ര ബന്ധങ്ങൾ സ്ഥാപിക്കുന്നതിനും മറ്റും ഈ പദവി കാരണമായി. മറ്റു രാജ്യങ്ങൾ സന്ദർശിക്കുന്നതിനും അവിടത്തെ ജനങ്ങളുമായി സമ്പർക്കം പുലർത്തുന്നതിനും ഇത് അദ്ദേഹത്തിന് ഇട നല്കി.

തന്റെ സ്ഥാനമാനങ്ങൾ വഹിക്കുമ്പോഴും ക്രിസ്തുവിനെക്കുറിച്ചു മറ്റുള്ളവരോട് സുവിശേഷിക്കുക അദ്ദേഹത്തിന്റെ രക്തത്തിൽ അലിഞ്ഞു ചേർന്ന സ്വഭാവമായിരുന്നു. ഒരുപക്ഷെ തന്റെ മാതാവിന്റെ നിരന്തര പരിശ്രമത്തിന്റെ ഫലവും കൂടി ആയിരിക്കാം അതിന്റെ അടിസ്ഥാനം.

നയതന്ത്ര ബന്ധങ്ങൾ വിപുലമാക്കുന്നതിന് അദ്ദേഹം അറബു രാജ്യങ്ങൾ അൽബേനിയ, ബൾഗേറിയ, റൊമാനിയ, സിറിയ, ലെബനൻ യൂറോപ്യൻ ഇംഗ്ലണ്ട്, എത്യോപ്യ, ഗ്രീസ്, ജോർജിയ, പോർച്ചുഗൽ, എന്നിങ്ങനെ നിരവധി രാജ്യങ്ങൾ സന്ദർശിച്ചു. ആ അവസരമെല്ലാം ജോർജ്ജ് ക്രിസ്തീയ സാക്ഷ്യം വഹിക്കുകയും

ക്രിസ്തീയ സഭയുടെ അടിത്തറ പാകുന്നതിനും ശ്രമിച്ചു കൊണ്ടിരുന്നു.

തന്റെ ഔദ്യോഗിക സന്ദർശനത്തിനായി ഇറാനിൽ എത്തിയപ്പോൾ അവിടെയും സഭ സംഘടിപ്പിക്കാൻ അദ്ദേഹം യതിച്ചു.

ഇംഗ്ലണ്ടിൽ അദ്ദേഹം സന്ദർശിക്കുമ്പോഴാണ് ഡയോക്ലീഷ്യൻ ചക്രവർത്തിയുടെ 'ക്രിസ്തീയ വിരുദ്ധ വിളംബരം' ജോർജ്ജിന്റെ ശ്രദ്ധയിൽപ്പെടുന്നത്. അവിടെവെച്ച് അദ്ദേഹത്തിന്റെ വിശ്വാസ തീക്ഷ്ണത ആളിക്കത്തി.

റോമൻ ഭരണാധികാരി ഡയോക്ലെഷ്യൻ ചക്രവർത്തി ആർക്കെതിരെയും ഒരു സ്വേച്ഛാധിപത്യ പ്രചാരണം ആരംഭിച്ചു. നിരവധി ആളുകളുടെ അകമ്പടിയോടെ നിക്കോമീഡിയ തകർത്തു. പള്ളികളുടെ വാതിലുകൾ പൊളിച്ചു. വിശുദ്ധ ഗ്രന്ഥങ്ങൾ അഗ്നിക്കിരയാക്കി. മതിലുകൾ നശിപ്പിച്ചു. മാത്രമല്ല, അദ്ദേഹം ഒരു സാമ്രാജ്യത്വ ശാസന പുറപ്പെടുവിച്ചു.

സാമ്രാജ്യത്തിലുടനീളം അത് ആചരിക്കാൻ ഉത്തരവിടുകയും ചെയ്തു. എല്ലാ പള്ളികളും പൂർണ്ണമായും നശിപ്പിക്കപ്പെടും. എല്ലാ ക്രിസ്ത്യൻ വിശുദ്ധ ഗ്രന്ഥങ്ങളും ചുട്ടുകളയണം. സർക്കാർ ജീവനക്കാരായ ക്രിസ്ത്യാനികൾ അവരുടെ ജോലിയിൽ നിന്ന് പിരിച്ചുവിടപ്പെടും. അവരുടെ ദേശീയ അവകാശങ്ങളും അവരുടെ സ്വത്തുക്കളും പിടിച്ചെടുത്തു. ക്രിസ്ത്യൻ സർക്കാർ ജീവനക്കാരല്ലാത്തവർ അടിമകളാക്കപ്പെടും. യാഗങ്ങളും ധൂപവർഗ്ഗങ്ങളും റോമൻ ദേവന്മാരുടെ ക്ഷേത്രങ്ങളിൽ അർപ്പിക്കണം.

ഇത്തരത്തിൽ നികൃഷ്ടനായ ഒരു ഭരണാധികാരിയുടെ കീഴിൽ ജോലി ചെയ്യുന്നതിലും നല്ലത് എല്ലാം ത്യജിക്കുകയാണ് ഉത്തമം എന്ന് ജോർജ്ജ് ഉറച്ച തീരുമാനമെടുത്തു. അദ്ദേഹം ഇംഗ്ലണ്ടിൽ നിന്നും മടങ്ങിപ്പോയി.

ക്രിസ്ത്യാനികളായ എല്ലാ പടയാളികളെയും അറസ്റ്റ് ചെയ്യപ്പെട്ടു. അവരെക്കൊണ്ട് റോമ ദേവന്മാർക്ക് നിർബന്ധമായി ബലി അർപ്പിക്കുകയും ചെയ്യണമെന്ന് ഡയോക്ലീഷ്യസ് ചക്രവർത്തി ഉത്തരവിട്ടു. എന്നാൽ തങ്ങളുടെ ക്രിസ്തീയ വിശ്വാസം ഉപേക്ഷിച്ചാൽ യഥാസ്ഥാനങ്ങളിൽ തുടരാനും അവസരം ഉണ്ടായിരുന്നു.

അന്യദേവന്മാർക്ക് ധൂപാർപ്പണം നടത്തുവാനും ബലിയർപ്പിക്കുവാനും വണങ്ങുവാനും ചക്രവർത്തി നിർബന്ധിച്ചപ്പോൾ താൻ ക്രിസ്തുവിനെ അല്ലാതെ മറ്റാരെയും ആരാധിക്കുകയില്ലെന്ന നിലപാടിൽ ജോർജ്ജ് ഉറച്ചു നിന്നു.

തികച്ചും ശൗര്യത്തോടെ തന്റെ ക്രിസ്തീയ വിശ്വാസത്തെക്കുറിച്ച് ചക്രവർത്തിയെ അറിയിച്ചു. അതുമാത്രമല്ല രാജകീയ വിളംബരത്തിന്റെ കോപ്പി വലിച്ചു കീറി ജോർജ്ജ് തന്റെ പ്രതിഷേധം അറിയിക്കുകയാണുണ്ടായത്.

തന്റെ സൈനിക സ്ഥാനമാനങ്ങൾ എല്ലാം വലിച്ചെറിഞ്ഞു. ചക്രവർത്തിയുടെ നയത്തിനും നിയമത്തിനും എതിരായി സംസാരിച്ചു. സ്വന്തം സ്ഥാനമാനങ്ങളേക്കാൾ വലുത് ക്രിസ്തീയ വിശ്വാസം മാത്രമാണെന്ന് അദ്ദേഹം തിരിച്ചറിഞ്ഞിരുന്നു. ആ വിശ്വാസവും കർത്താവിന്റെ പടയാളിയായി കഴിയുന്നതിലും വലിയ ഭാഗ്യം വേറെ ഇല്ലെന്ന തിരിച്ചറിവ് ജോർജ്ജ് മനസ്സിലാക്കി. ക്രിസ്തീയ സാക്ഷ്യം വഹിക്കുന്നതിനുവേണ്ടി പദവികളും ലൗകികനേട്ടങ്ങളും അദ്ദേഹം പരിത്യജിച്ചു. കഷ്ടതയുടെയും സഹനത്തിന്റെയും പാത അദ്ദേഹം തിരഞ്ഞെടുത്തു.

തന്റെ അറിയപ്പെടുന്ന ഒരു ഭടന്റെ മകനെന്ന നിലയിലും അതുപോലെതന്നെ ജോർജ്ജിന്റെ ധീരതയും പരാക്രമവും എല്ലാം നേരിട്ടറിയാവുന്ന ജോർജ്ജിനോട് പ്രത്യേക വാത്സല്യവും സ്നേഹവും ചക്രവർത്തിക്ക് ഉണ്ടായിരുന്നു.

അതുകൊണ്ട് എത്രമാത്രം ആനുകൂല്യങ്ങൾ ജോർജ്ജിന് കൊടുക്കാമോ അതെല്ലാം ചക്രവർത്തി വാഗ്ദാനം ചെയ്തെങ്കിലും

അതെല്ലാം നിസ്സാരമായി മാത്രം കണ്ട് ജോർജ്ജ് അതെല്ലാം തള്ളിക്കളഞ്ഞ് ക്രിസ്തീയ വിശ്വാസം മുറുകെ പിടിക്കുകയാണ് ഉണ്ടായത്.

തന്റെ പരിശ്രമങ്ങൾ എല്ലാം വൃഥാവിലായിപ്പോകുന്നു എന്ന് കണ്ട് ക്രുദ്ധനായ ചക്രവർത്തി ജോർജ്ജിന് എതിരെ തിരിഞ്ഞു. അദ്ദേഹത്തെ ബന്ധനസ്ഥനാക്കാൻ ഉത്തരവിട്ടു. പീഡനമുറകൾ ഒന്നൊന്നായി അഴിച്ചു വിട്ടു. പക്ഷേ, ഗീവർഗീസ് ദൃഢനിശ്ചയത്തോടെ അചഞ്ചലനായി ആരാലും ഇളക്കിമാറ്റാൻ പറ്റാത്ത പാറപോലെ കർത്താവിന്റെ നാമത്തിൽ ഉറച്ചുനിന്നു. വിചാരണക്ക് മുമ്പതന്നെ തന്റെ എല്ലാ സ്വത്തുവകകളും ഗീവറുഗീസ് പാവങ്ങൾക്ക് ദാനം ചെയ്തു.

ജോർജ്ജ് ചക്രവർത്തിയുടെ ഏറ്റവും വലിയ പ്രീതി നേടിയ വ്യക്തികളിൽ ഒരാളായിരുന്നുവല്ലോ. ഡയോക്ലീഷ്യൻ ജോർജ്ജിന്റെ കേസ് പല ദിവസ്സത്തേക്കു മാറ്റിക്കൊണ്ടിരുന്നു ഒരുപക്ഷെ ജോർജ്ജിന് മന:പ്പരിവർത്തനം വന്നെങ്കിലോ എന്നു കരുതി.

ജോർജ്ജ് ചക്രവർത്തിയുടെയും പുരുഷാരത്തിന്റെയും മുമ്പിൽ നിന്നപ്പോൾ, അവൻ അവരോടു പറഞ്ഞു. "പുരുഷന്മാരേ,നിങ്ങൾ എപ്പോൾവരെ നിരപരാധികളായ ക്രിസ്ത്യാനികളെ ഉപദ്രവിക്കും? സത്യം അറിയുന്ന ക്രിസ്തിയാനികൾ നിങ്ങൾ പിന്തുടരുന്ന നിങ്ങളുടെ മതത്തെ അവർ പിന്തുടരാത്തതിനാൽ നിങ്ങൾ വെറുക്കുന്നു. വിശ്വാസം നിങ്ങൾക്ക് ഉറപ്പില്ലേ? ഒന്നുകിൽ സത്യത്തിൽ വിശ്വസിക്കുക. അല്ലെങ്കിൽ കുറഞ്ഞത് വിഡ്ഢിത്തം ചെയ്യാതിരിക്കുക. കുറഞ്ഞ പക്ഷം അവരെ ശല്യപ്പെടുത്തരുത്".

ഇതുകേട്ട ചക്രവർത്തി തന്റെ മന്ത്രിയോട് ആജ്ഞാപിച്ചു. "ആരാണ് നിങ്ങളെ ഈ ധൈര്യം പഠിപ്പിച്ചത്" എന്ന് ചോദിക്കാൻ.

ഗീവറുഗീസ് മറുപടി പറഞ്ഞു, "സത്യം." വിശുദ്ധൻ മന്ത്രിയോട് വിശദീകരിക്കാൻ തുടങ്ങി. അപ്പോൾ ഡയോക്ലീഷ്യൻ ഇടപെട്ട് ജോർജ്ജിനെ മെഡലുകളെ കുറിച്ച് ഓർമ്മിപ്പിച്ചു. അവൻ തന്റെ

ക്രിസ്തുവിനെ അപലപിച്ചാൽ അദ്ദേഹത്തിന് കൂടുതൽ പദവികൾ നൽകാമെന്ന് വാഗ്ദാനം ചെയ്തു. എന്നാൽ ജോർജ്ജ് വിസമ്മതിച്ചു. ലൗകികമായ വഗ്ദാനങ്ങളെയെല്ലാം ജോർജ്ജ് അവഹേളിച്ചു..

ചക്രവർത്തി ജോർജ്ജിനെ ഏതുവിധേനയും ആകർഷിക്കാൻ ശ്രമിച്ചിട്ടും അവൻ വഴങ്ങിയില്ല. പിന്നീട് ജോർജ്ജിനെ ഭീഷണിപ്പെടുത്താൻ തുടങ്ങി. എന്നിട്ടും ചക്രവർത്തി അവനെ സ്നേഹിച്ചതിനാൽ, അവൻ മടങ്ങിവരും, എല്ലാ ഭീഷണിക്കു ശേഷവും അവനോട് ക്ഷമിക്കും എന്നൊക്കെ മനസ്സിൽ നിരൂപിച്ചു. പക്ഷെ ക്രിസ്തുവിനു വേണ്ടി മരിക്കാനുള്ള സന്നദ്ധതയും വിശ്വാസത്തിലെ സ്ഥിരതയും അല്ലാതെ മറ്റൊന്നും അവനിൽ കാണാൻ ചക്രവർത്തിക്ക് കഴിഞ്ഞില്ല.

ചക്രവർത്തി ജോർജ്ജിനെ ജെയിലിൽ പ്രവേശിപ്പിക്കാൻ ഉത്തരവിട്ടു. എന്നിട്ട് അവന്റെ പരിശുദ്ധിയെ ആക്രമിച്ചുകൊണ്ട് അവനെ പരീക്ഷിക്കാൻ ശ്രമിച്ചു.

കർത്താവായ യേശുക്രിസ്തുവിലുള്ള പരിശുദ്ധിയുടെ അൾത്താരയിൽ തന്റെ യുവത്വം അടിയറ വെച്ചവനായിരുന്നു ജോർജ്ജ്.

ജോർജിന്റെ ധീരതയും അചഞ്ചലമായ വിശ്വാസവും ഒരു തരത്തിലും മാറ്റാൻ കഴിയാതെ ആവർത്തിച്ച് അപമാനിതനായ ഡയോക്ലീഷ്യൻ തന്റെ മകളെ അദ്ദേഹത്തിന് വിവാഹം കഴിക്കാൻ വാഗ്ദാനം ചെയ്തുകൊണ്ട് അവനെ വശീകരിക്കാൻ ശ്രമിച്ചു.

അവളെ ജോർജ്ജിനോടൊപ്പം രാത്രി മുഴുവൻ താമസ്സിക്കുന്നതിനായി ജോർജ്ജിന്റെ തടവറയിലേക്ക് അയച്ചു.

അവളുടെ സൗന്ദര്യത്താൽ അവനെ വശീകരിക്കുകയും അവളുമായി പാപം ചെയ്യുകയും ചെയ്യുമെന്ന് ചക്രവർത്തി കരുതി. പക്ഷേ ഗീവറുഗീസ് ജയിൽമുറിയെ വിശുദ്ധമാക്കി മാറ്റി. അവൻ അവളോടൊപ്പം സങ്കീർത്തനങ്ങൾ പ്രാർത്ഥിക്കുകയും കർത്താവായ യേശുക്രിസ്തുവിനെ കുറിച്ച് അവളെ പഠിപ്പിക്കുകയും ചെയ്തു.

മാത്രമല്ല തനിക്കുവേണ്ടി ആഇഞ്ഞാനുവർത്തിയായി വന്ന ചക്രവർത്തി കുമാരിയുടെ രക്ഷയ്ക്കുവേണ്ടി പ്രാർത്ഥിക്കുകയും ചെയ്തു.

"നീതിമാന്റെ ഫലപ്രദമായ പ്രാർത്ഥന

വളരെ ഫലിക്കുന്നു." (യാക്കോ. 5:16)

നേരം പുലരും മുമ്പ് അവൾ നുറുങ്ങുന്ന മനസ്സുമായി കണ്ണീരോടെ ജോർജ്ജിനെ കാണാൻ അഭ്യർത്ഥിച്ചുകൊണ്ട് അവന്റെ അടുത്തേക്ക് വന്നു. ജീവിതത്തിന്റെ വിശുദ്ധിയുടെ രഹസ്യം അവനിൽ അവൾ കണ്ടുമുട്ടി. അവൾ കണ്ണീരോടെ ജോർജ്ജിന്റെ മുന്നിൽ മുട്ടുകുത്തി. അങ്ങനെ ജോർജ്ജ് അവളെ ആശ്വസിപ്പിച്ചു.

കർത്താവായ യേശുക്രിസ്തു മാത്രമാണ് വിശുദ്ധിയുടെ ഉറവ എന്ന് അവളെ ജോർജ്ജ് ഉത്ബോധിപ്പിച്ചു.

രാവിലെ ചക്രവർത്തിയുടെ ആളുകൾ അവളെ ചക്രവർത്തിയുടെ അടുത്തേക്ക് കൂട്ടിക്കൊണ്ടുപൊകാൻ വന്നപ്പോൾ അവൾ മാന്യമായ വസ്ത്രം ധരിച്ചു കണ്ടു. ഒപ്പം വിനയം കൊണ്ട് അവളെ അലങ്കരിച്ചിരുന്നതായും തോന്നി.

അങ്ങനെ, ചക്രവർത്തി കുമാരി ജോർജ്ജിന്റെ വിശുദ്ധിയുടെ പാരമ്യതയിൽ അകപ്പെട്ട് ക്രിസ്തുവിന്റെ ശക്തിയാൽ ആകർഷിക്കപ്പെട്ട് ക്രിസ്തുവിനെ അംഗീകരിക്കുകയും തന്റെ പിതാവ് ജോർജ്ജിനെ കൂടുതൽ പീഡനങ്ങൾ ഏൽപ്പിക്കുന്നതിൽ നിന്ന് തടയാൻ ശ്രമിക്കുകയും ചെയ്തു. കർത്താവിലുള്ള അവളുടെ വിശ്വാസം അവൾ പരസ്യമായി ഏറ്റുപറഞ്ഞു. യേശുക്രിസ്തു അവളുടെ രാജാവും രക്ഷകനും ആണെന്ന് പ്രഖ്യാപിക്കുകയും ചെയ്തു.

അവളും ഒരു ക്രിസ്ത്യാനിയായി മാറിയതിൽ പ്രകോപിതനായ ഡയോക്ലെഷ്യൻ അവളുടെ ശരീരം പൊള്ളിക്കുകയും ശിരഛേദം ചെയ്യാൻ ഉത്തരവിടുകയും ചെയ്തു.

"ആരവിടെ" എന്ന ചക്രവർത്തിയുടെ ഒറ്റ ചോദ്യത്തിനുത്തരമായി അവളുടെ തല അവിടെ അറ്റു വീണു. ഈ വാർത്ത കേട്ട് എല്ലാവരും അമ്പരന്നു.

ഒടുവിൽ, യേശുക്രിസ്തുവിനെ സ്നേഹിക്കുന്നതിൽ നിന്നും ആരാധിക്കുന്നതിൽ നിന്നും ജോർജ്ജിനെ തടയാൻ യാതൊന്നിനും കഴിയില്ലെന്ന് മനസ്സിലാക്കിയ ഡയോക്ലീഷ്യൻ, ഏറ്റവും ഭീകരമായ പീഡനങ്ങൾക്ക് ശേഷം അവനെ ശിരഛേദം ചെയ്യാൻ ഉത്തരവിട്ടു.

യഹൂദന്മാർ നിന്ദിച്ചും തള്ളിപ്പറഞ്ഞും ക്രൂശിൽ തൂക്കിക്കൊന്ന ക്രിസ്തുവിന്റെ അനുയായികളെ പൂർണമായി നശിപ്പിക്കാൻ രാജാവ് ഉത്തരവായി.

ജോർജ്ജിനെയും ഇഞ്ചിഞ്ചായി കൊല്ലുന്നതിനുള്ള പുതിയ ഉപകരണങ്ങൾ തയാറാക്കാൻ ചക്രവർത്തി നിർദേശം നൽകി. അതുവരെ തുറങ്കിലടക്കാനും കല്പിച്ചു. പടയാളികൾ അദ്ദേഹത്തെ തുറുങ്കിലടച്ചു.

6

ജോർജ്ജിനെ പല തരത്തിലുള്ള പീഡനത്തിന് വിധേയനാക്കുന്നു.

ജോർജ്ജിനെ പീഡന ചക്രത്തിന് വിധേയനാക്കുന്നു.
(ചിത്രം കടപ്പാട്)

ഇരുമ്പുചക്രത്തിൽ ജോർജ്ജിന്റെ ശരീരം മുട്ടിയുരുമ്മി നില്ക്കുമാറ് കെട്ടി. ചക്രം കറങ്ങുന്നതിനനുസ്സരിച്ച് പച്ചമാംസം ചീകിത്തുടങ്ങി. രക്തം ഇറ്റിറ്റു വാർന്ന് വീണു. എന്നാൽ ജോർജ്ജിന്റെ വേദനകൾ ആരോ ഇല്ലാതാക്കിക്കൊണ്ടിരുന്നു.

കർത്താവിനെപ്പോലെ തന്നെ ഉപദ്രവിക്കുന്നവർക്കുവേണ്ടി പ്രാർത്ഥിച്ചുകൊണ്ടിരുന്ന ജോർജ്ജിന്റെ മുൻപിൽ മാലാഖമാർ വന്നുനിന്ന് പനിനീർ തളിക്കുന്നതായി ജോർജ്ജിനു മാത്രം കാണാൻ

കഴിഞ്ഞു. ഗീവർഗീസിനെ കമഴ്ത്തി കിടത്തി അറപ്പുവാളിന്റെ പല്ലുകളുള്ള വണ്ടി കയറ്റി തുണ്ടങ്ങളാക്കി അറുത്തു മുറിച്ചു.

വേദന വർദ്ധിപ്പിക്കുന്നതിനായി അദ്ദേഹത്തിന്റെ മുറിവുകളിൽ ഉപ്പ് പുരട്ടി.

ഈ ക്രൂര കൃത്യത്തിന് വിധേയനാക്കിയപ്പോഴും തനിക്കുവേണ്ടി ചാട്ടവാറടി കൊള്ളുകയും കന്നത്തടി ഏല്ക്കുകയും ചെയ്ത കർത്താവിനെ മനസ്സിൽ മുറുകെ പിടിച്ചു. വാൾ മുനപോലുള്ള പൽ ചക്രം അദ്ദേഹത്തിന്റെ മാംസം കൊത്തിപ്പറിക്കുമ്പോഴും കർത്താവിന്റെ നാമം മാത്രം ധ്യാനിച്ചുകൊണ്ട് ശിക്ഷ വരിച്ചു. ഇത്രമാത്രം പീഡകൾ ഇവന് എങ്ങനെ സഹിക്കാൻ കഴിയുന്നുവെന്ന് ജനങ്ങൾ ഭയ ചകിതരായി നോക്കി കാണുന്നു.

> "എന്നുടലിൽ നിന്നും വാർന്നു,
> ചുടു നിണമെന്നീശോ നാഥാ!
> നിന്റെ വിലാപ്പുറമന്നു തുള-
> ച്ചോരിന്നും നിലകൊള്ളുന്നിവിടെ!
> നിന്തിരു നാമത്തെയോർത്ത് -
> ഞാനേല്ക്കും പീഡകളഖിലം!!
> നിൻ കരമെന്നെ താങ്ങുകിലോ-
> യിപ്പീഡകളേശില്ലേതും!
> എൻ പീഡകളെന്താണേലും,
> നിന്നെ പ്രതിയെന്തുള്ളീശോ?!.
> കർത്താവെ നിന്മുഖ ശോഭ-
> വലയമതായ് നിൽക്കണമെന്നെ!!

കുറച്ചു സമയത്തിനു ശേഷം ജോർജ്ജിനെ ചക്രത്തിൽ നിന്നും കെട്ടഴിച്ചപ്പോൾ "എന്റെ ദൈവം വലിയവൻ" എന്നു സാക്ഷിച്ചുകൊണ്ട് ഒരു കേടും സംഭവിക്കാതെ അദ്ദേഹം ചക്രത്തിൽ നിന്നും എഴുന്നേറ്റു വന്നു.

മർദ്ദനമുറകൾ ഓരോന്നായി തുടങ്ങിയെങ്കിലും തെല്ലും ഭയമില്ലാതെ നിൽക്കുന്ന ഗീവർഗീസിന്റെ തേജസുറ്റ മുഖഭാവം കണ്ടു ഭടന്മാർ അമ്പരന്നുപോയി.

വെട്ടി കഷണങ്ങളാക്കി വറക്കുന്നതിനുള്ള വറച്ചട്ടികളും ചൂടുവെള്ളത്തിൽ മുക്കുന്നതിനുള്ള ചെമ്പുപാത്രങ്ങളും നാക്ക് മുറിക്കുന്നതിനുള്ള ആയുധങ്ങളും പല്ലുകൾ പറിക്കുന്നതിനുള്ള കൊടിലുകളും കഴുത്തു കുനിച്ചു നിർത്തുന്നതിനുള്ള കൊളുത്തുകളും തുടലുകളും കൂടാതെ പച്ചമാംസം ചീകി എടുക്കുവാനുള്ള ഇരുമ്പു ചീപ്പുകളും മുപ്പല്ലികളും ആണികളും എല്ലാം നിരത്തിവെച്ചു.

എങ്കിലും ഗീവർഗീസ് ക്രിസ്തുവിനെ ഉപേക്ഷിക്കാൻ തയാറായില്ല. "ശരീരത്തെ മാത്രമേ നിങ്ങൾക്ക് ഇല്ലാതാക്കുവാൻ സാധിക്കൂ. ശരീരത്തിനുള്ളിൽ കുടികൊള്ളുന്ന ആത്മാവിനെ നശിപ്പിക്കുവാൻ കഴിയുകയില്ല" എന്നു ഗീവർഗീസ് പറഞ്ഞുകൊണ്ടിരുന്നു.

ചാട്ടവാറു ചുഴറ്റി ആഞ്ഞടിച്ചു. ദേഹത്തുനിന്ന് ധാരധാരയായി ചോര ഒലിച്ചു. അപ്പോഴും ദൈവത്തെ സ്തുതിച്ച് ഗീവറുഗീസ് യേശുവിന്റെ രൂപം മനസിൽ ദർശിച്ചു.

അഗാധമായ കുഴിയിൽ എറിഞ്ഞു, കുഴിയുടെ വാതിൽ കല്ല് വച്ച് അടച്ചു. പിറ്റേദിവസം മുമ്പിൽ എത്തിയ ഗീവർഗീസിനെ കണ്ട് രാജാവ് അമ്പരന്നു.

ഒരഗ്നികുണ്ഡം ഉണ്ടാക്കി അതിൽ സഹദായെ എറിഞ്ഞു. മൂന്നു ദിവസം അതിൽ കിടന്നു, മരിച്ചു എന്നു കരുതിയ സഹദാ മൂന്നാം ദിവസം തലമുടി നാരിനുപോലും കേടു സംഭവിക്കാതെ പുറത്തുവന്നു. രാജാവിന്റെ കോപം വർധിച്ചു. വറച്ചട്ടിയിലിട്ടു വറക്കുവാൻ ആജ്ഞാപിച്ചു. അങ്ങനെ ചെയ്തിട്ടും ജീവിച്ചെഴുന്നേറ്റ സഹദായെ കണ്ട രാജാവ് അമ്പരന്നു.

അടുത്ത ദിവസം, ജോർജ്ജിനെ കുതിരയുടെ പുറകിൽ കെട്ടി നഗരത്തിലൂടെ വലിച്ചിഴച്ചു.

ജോർജ്ജിനെ തെരുവുകളിലൂടെ വലിച്ചിഴക്കുന്ന ദൃശ്യം (ചിത്രം കടപ്പാട്)

കൂട്ടിക്കെട്ടി യൈകൈകാല്കൾ,
അശ്വത്താലാ നീചരിഴച്ചു,
ഊരുകൾ തോറും ചുറ്റിച്ചയ്യോ !!,
കുന്തത്താലെന്നെയുമൊപ്പ-
മവർ, താഡിച്ചാ അശ്വത്തേയു-
മതിവേഗം കൂട്ടാൻ.
വീഞ്ഞിൽ ലഹരിയിലവർ ക്രോധിച്ചു.
നൃത്തച്ചുവടവർവെച്ചെൻ ചുറ്റും,
ചെന്നായ്ക്കളവർ കൂട്ടംകൂടി,
നിണമൂറ്റീടാൻ വ്യഗ്രത പൂണ്ടു!
തെരുവിൽ ജനമൊന്നാകെ കൂടി,
കണ്ടു രസിച്ചാ ദൂഷക സംഘം-
നഗ്നമതാമെൻ ദേഹം നോക്കി!
പീഡിപ്പിക്കുമാ മത വിദ്വേഷികൾ ത-
ന്നുന്മൂലത്തെയവർ കാംഷിച്ചു!!
നീരുവരണ്ടൊരു തടിപോലെന്നെ-
നിർദ്ദയയോടെ വലിച്ചീമന്നിൽ-
ഗാത്രവുമൊപ്പം ശിരസ്സും കീറി!!
നിണമതിനൊപ്പം ശ്വേതവുമൂറി.
നീറ്റലിലെന്നുടെ ദേഹമലട്ടി!
ഖേദമ്പൂണ്ടു ചിലരൊക്കേയും,
വ്യാകുലരാകുലരായൊരു നാരി-
കളപ്പോൾ വീണു ധരിത്രെ കേണു!
പീഡകളേറ്റം തീവ്രതയേറി-
യപ്പോൾ കണ്ടെൻ നാഥൻ രൂപം,
രക്തം വാർന്നൊരു - തിരുവുടലേറും,
കുരിശ്ശിൻ വഴി ഞാനോർത്തെന്നുള്ളി-
ലപ്പോളെന്നുടെ നോവുശമിച്ചു!!

പീഡനത്തിനിടയിൽ ജോർജ്ജിനെ മാലാഖമാർ സന്ദർശിക്കുന്നു.
(ചിത്രം കടപ്പാട്)

പീഡനങ്ങളെല്ലാം നടന്നു കൊണ്ടിരിക്കുമ്പോൾതന്നെ ദൈവദൂതന്മാർ അവനെ തന്റെ കൽത്തുറുങ്കിൽ സന്ദർശിച്ചതായും സ്വർഗ്ഗത്തിലേക്ക് പ്രവേശിക്കുന്നതിന് മുമ്പ് ഇനിയും പല പീഡകൾകൂടി സഹിക്കേണ്ടി വരുമെന്നും അവനോട് മുന്നറിയിപ്പായി പറഞ്ഞ് ആശ്വസിപ്പിച്ചു.

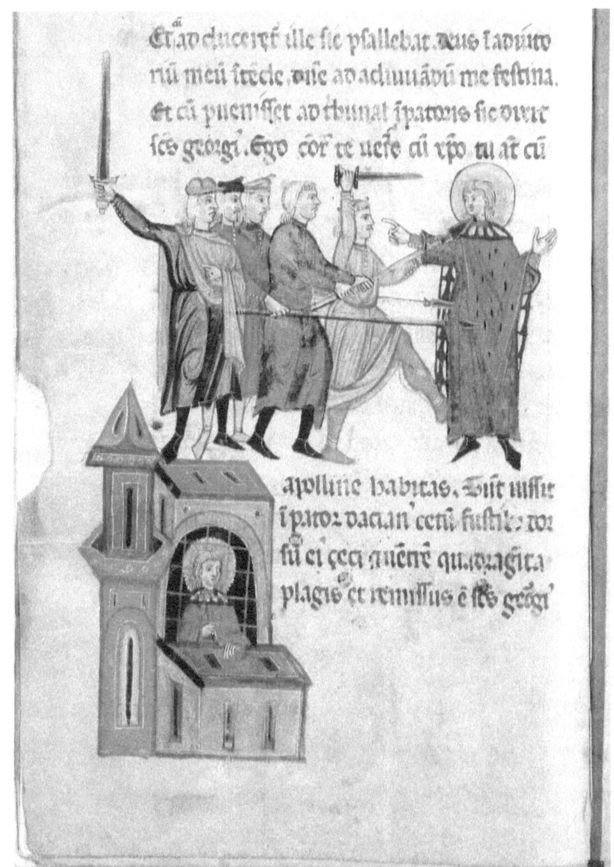

ജോർജ്ജിനെ കുന്തം കൊണ്ട് കുത്തുന്ന ദൃശ്യം (ചിത്രം കടപ്പാട്)

ജോർജ്ജിനെ ആണികൾ അടിച്ച ഒരു പെട്ടിയിൽ കിടത്തി. അത് ശരീരത്തിൽ തുളച്ചുകയറുകയും പിന്നീട് സ്തംഭത്തിൽ തറയ്ക്കുകയും ചെയ്തു. കുന്തം കൊണ്ട് കുത്തുകയും ചെയ്തു. അപ്പോഴും ജീവനോടെയിരുന്നു. പിന്നെ തിളച്ച വെള്ളത്തിൽ മുക്കി, ചുറ്റിക കൊണ്ട് തല ചതച്ചു.

റാക്കിൽ ശരീരം വലിച്ചു നീട്ടുന്നു (ചിത്രം കടപ്പാട്)

കുറ്റവാളിയെ കാലുകളും കൈകളും വിടർത്തി മേശ അല്ലെങ്കിൽ സൗകര്യ പ്രദമായ പ്രതലത്തിനു രണ്ടറ്റത്തും ഘടിപ്പിച്ചിരിക്കുന്ന യഥേഷ്ടം തിരിക്കാവുന്ന തടിയിൽ ബന്ധിപ്പിക്കും. എന്നിട്ട് തിരിക്കാവുന്ന തടി വിപരീത ദിശകളിലേക്കു തിരിക്കുമ്പോൾ മനുഷ്യ ശരീരം വലിഞ്ഞു മുറുകി പീഡനം ഏൽക്കാൻ ഇടയാകും. കുറ്റവാളിയുടെ സന്ധികളും പേശികളും ആന്തരിക അവയവങ്ങളും വലിഞ്ഞു മുറുകി പൊട്ടാൻ ഇടയാകും. ഇതൊരു കഠിനമായ ശിക്ഷാവിധി തന്നെയായിരുന്നു അക്കാലത്ത്.

കഷ്ണങ്ങളാക്കി അരിഞ്ഞ് ഉരുകിയ ഈയം ഒഴിക്കുന്നു.

തുടർന്ന് ജോർജ്ജിനെ ഇരുമ്പ് കട്ടിലിൽ കെട്ടിയിട്ട് ഉരുക്കിയ ഈയം വായിലും കണ്ണിലും ഒഴിച്ചു. തലയോട്ടിയിൽ ആണി തറച്ച്, കഴുത്തിൽ കല്ല് കെട്ടി തീയിൽ തലകീഴായി തൂക്കി,.

സർവ്വ ചരാചരനധിപതിയീശൻ,
മോശയ്ക്കാഴി പകുത്തോൻ നാഥൻ,
തീക്കുണ്ഡത്തിൽ ഹാനനിയന്മാർ-
ക്കഗ്നിസ്തഭം തീർത്തൊരു ദൈവം,
നിൻ കര കവചം കോട്ടയതായി-
ച്ചുറ്റീടുമെന്നെ ദിവ്യാസ്ത്രമ്പോ-
ലെന്നെയാരാൽ വെണ്ണീറാക്കും?!

അദ്ദേഹത്തിന്റെ പ്രാർത്ഥന ദൈവം കേട്ടു. തന്റെ ദാസനെ ഒരു കേടുപാടും കൂടാതെ മറിച്ച് അഗ്നിയിൽ സ്ഫുടം ചെയ്തെടുത്ത പൊന്നുപോലെ തിളങ്ങുമാറ് ചക്രവർത്തിയുടെ മുന്നിൽ നില്ക്കുമാറാക്കി.

പിന്നീട് ഒരു കുഴി കുഴിച്ച് അതിൽ കുമ്മായം നിറയ്ക്കാൻ പടയാളികളോട് ചക്രവർത്തി ആജ്ഞാപിച്ചു. വെള്ളവും കുമ്മായവും നിറച്ച് കുഴിയിൽ ജോർജ്ജിനെ മുക്കിയിട്ടു.

മൂന്ന് ദിവസത്തിന് ശേഷം ജോർജ്ജിന്റെ ശരീരം അഴുകിയിട്ടുണ്ടാവും എന്നു കരുതി കുഴി വൃത്തിയാക്കാൻ ഡയോക്ലേഷ്യൻ സൈനികർക്ക് നിർദ്ദേശം നൽകി. എന്നാൽ എല്ലാവരെയും അത്ഭുതപ്പെടുത്തിക്കൊണ്ട് പരിക്കേൽക്കാതെ ജോർജ്ജ് കുഴിയുടെ അടിയിൽ ഇരിപ്പുണ്ടായിരുന്നു.

ഇത്ര ഹീനമായ പീഡനങ്ങളിൽ നിന്നും രക്ഷപ്പെടാൻ ജോർജ്ജ് എന്ത് തരത്തിലുള്ള മാന്ത്രിക വിദ്യയാണ് ഉപയോഗിച്ചതെന്ന് ഡയോക്ലേഷ്യൻ ചോദിച്ചു. പക്ഷെ താൻ മാന്ത്രിക ശക്തി ഒന്നും ഉപയോഗിച്ചിട്ടില്ലെന്നും താൻ ദൈവത്തിന്റെ ശക്തിയാൽ മാത്രമാണ് രക്ഷിക്കപ്പെട്ടതെന്നും ജോർജ്ജ് മറുപടി നൽകി.

തുടർന്ന് ജോർജ്ജിന്റെ പാദങ്ങളിൽ ഇരുമ്പ ചെരിപ്പുകൾ കെട്ടാനും എന്നിട്ട് അദ്ദേഹത്തെ ഓടിക്കാൻ ചക്രവർത്തി ഉത്തരവിട്ടു. ഓടിയപ്പോൾ മർദ്ദനമേറ്റു.

ഇരുമ്പാണികൾ ജോർജ്ജ്ജിന്റെ കാലിൽ ത്രയ്ക്കുന്നു
(ചിത്രം കടപ്പാട്)

ചുട്ടുപഴുപ്പിച്ച ഇരുമ്പാണികൾ ജോർജ്ജിന്റെ കാല്പാദങ്ങളിൽ അടിച്ചു കയറ്റി. കൂർത്ത ആണികൾ പതിച്ച ഇരുമ്പു ചെരുപ്പുകൾ ഇട്ടു നടക്കാൻ ആവശ്യപ്പെട്ടു. അപ്പോഴെല്ലാം ഗീവറുഗീസ് കൂടുതൽ തേജോമയനും ഉന്മേഷവാനുമായി കാണപ്പെട്ടു. കാലിന്റെ വേദന ഒപ്പിയെടുക്കാൻ അദൃശ്യരായ മാലാഖമാർ ഓടിയെത്തി.

നിന്തുരു തലമേൽ മുൾമ്മൂടി ചൂടിച്ചോ-
രെങ്ങനെ പിന്നോട്ടായുമെരെൻ-
പാദങ്ങളിലാണിയടിച്ചീടാതെ ?
നിൻ കൃപയെന്നെ തുണയായ് നിന്നാൽ,
ഈത്തീയാണികൾ തൃണമതു തുല്യം!
തീയിൽ നിന്നും തിളച്ചീടുന്നൊരു –
ദ്രവമതിൽ നിന്നും-
എന്നെത്താങ്ങിയ നാഥാ സ്തോത്രം!!

അടുത്ത ദിവസം, ജോർജ്ജിന്റെ വിധി നിർണ്ണയിക്കുന്നതിനായി ഡയോക്ലേഷ്യൻ തന്റെ പ്രഭുക്കന്മാരെ വിളിപ്പിച്ചു. ജോർജ്ജിനെ ഏതു വിധേനയും വധിക്കാൻ അവർ തീരുമാനിച്ചു. എന്നിരുന്നാലും,

ജോർജ്ജിന് പരിക്കേൽക്കാതെ പൂർവ്വ സ്ഥിതിയിലേക്ക് ആവുന്നത് കണ്ട് അവർ ആശ്ചര്യപ്പെട്ടു.

എല്ലാ പീഡന മുറകളും ചെയ്യുകയും അതിൽ നിന്നെല്ലാം അത്ഭുതമായി രക്ഷപെടുകയും ചെയ്യുന്നതു കാണുമ്പോൾ ചക്രവർത്തി കരുതുന്നത് ജോർജ്ജ് മാന്ത്രിക ശക്തികൊണ്ട് എല്ലാത്തിൽ നിന്നും അതിജീവിക്കുന്നു എന്നാണ്.

അതുകൊണ്ട് തന്റെ മാന്ത്രികനായ അത്താനാസിയസ്സിനെ വിളിപ്പിച്ച് പറഞ്ഞു ഒന്നുകിൽ ജോർജ്ജിനെ മാന്ത്രിക വിദ്യയാൽ അനുസ്സരണയുള്ളവനാക്കുകയോ അല്ലെങ്കിൽ ഈ ഭൂമുഖത്തുനിന്ന് തുടച്ചു നീക്കുകയോ ചെയ്യണമെന്ന്. അതുകൊണ്ട്, ജോർജ്ജിന്റെ മാന്ത്രികവിദ്യ എന്തു വില കൊടുത്തും തകർക്കാൻ അദ്ദേഹം മാന്ത്രികനായ അത്തനാസിയസിനെ വിളിപ്പിച്ചു. ജോർജ്ജിന് വിഷം കൊടുക്കാൻ ആവശ്യപ്പെട്ടു

അത്തനാസിയസ് തന്റെ കൈകളിൽ രണ്ട് കുപ്പികൾ എടുത്തു. ആദ്യത്തേത് കുടിച്ചാൽ അവൻ ഭ്രാന്തനാകും. രണ്ടാമത്തേത് കുടിച്ചാൽ അവൻ മരിക്കും. ജോർജ്ജ് ആദ്യത്തെ കുപ്പിയെടുത്ത് പ്രാർത്ഥിച്ചു എന്നിട്ട് അവൻ പാനപാത്രത്തിൽ കുരിശടയാളം ഉണ്ടാക്കിയ ശേഷം അതു മൊത്തം കുടിച്ചു. ഒരു ഭാവ വ്യത്യാസവും ജോർജ്ജിൽ കണ്ടില്ല. ജോർജ്ജ് ഒരു മാന്ത്രികനാണെന്ന് ഡയോക്ലീഷ്യസ് വീണ്ടും വിചാരിച്ചുറപ്പിച്ചു.

കുരിശടയാളം ഒരുപക്ഷെ ജോർജ്ജിന്റെ മാന്ത്രിക തന്ത്രം ആയിരിക്കുമെന്നു കരുതി അവന്റെ കൈകൾ കൂട്ടിക്കെട്ടി. പക്ഷെ ജോർജ്ജ് സർവ്വ ശക്തനെ പ്രാർത്ഥിച്ച് തലകൊണ്ട് കുരിശ് അടയാളം വരച്ചു.

"ശുഭ ചിഹ്നം താൻ സ്ലീബാ,

വിജയക്കൊടി താൻ സ്ലീബാ,

നമ്മെ രക്ഷിച്ചീടും-

സ്ലീബായിൽ പുകഴുന്നു നാം."

വീണ്ടും രണ്ടാമത്തെ കപ്പ് വിഷം കൂടി കഴിച്ച ശേഷം ജോർജ്ജ് കാരാഗ്രഹത്തിലേക്ക് സാകൂതം നടന്നു പോകുന്നത് ഡയോക്ലീഷ്യസും അത്താനാസിയസും കൂട്ടരും ആശ്ചെര്യത്തോടെ നോക്കിനിന്നു.

അപ്പോൾ അത്താനാസിയസ് ദൈവത്തിന്റെ മഹത്വം മനസ്സിലാക്കുകയും ക്രിസ്തീയ ദൈവത്തിലുള്ള തന്റെ വിശ്വാസം ഏറ്റുപറയുകയും ചെയ്തു.

ഇതെല്ലാം കണ്ടു നിന്ന ഡയോക്ലീഷ്യൻ ചക്രവർത്തി തികച്ചും ആശങ്കാകുലനും പരിഭ്രാന്തനും അതിലേറെ കോപിഷ്ടനുമായി. ഒട്ടും താമസ്സിയാതെ ചേവകരെ വിളിച്ചു വരുത്തി ഉത്തരവനുസരിച്ച് അത്തനാസിയസിനെ വധിച്ചു.

ജോർജ്ജിനെ പ്രതിയുള്ള വിവിധ തരത്തിലുള്ള ക്രൂരമായ പീഢനങ്ങളും അതിനെയെല്ലാം ജോർജ്ജ് അതിജീവിക്കുന്ന അത്ഭുതങ്ങൾ കണ്ടതിനുശേഷം ഡയോക്ലീഷ്യൻ ചക്രവർത്തിയുടെ ഭാര്യ അലക്സാന്ദ്ര ക്രിസ്തുവിലുള്ള വിശ്വാസം ഏറ്റുപറഞ്ഞു. ഡയോക്ലീഷ്യൻ തന്റെ ഭാര്യ അലക്സാന്ദ്രയെ ഉടനടി തടവിലാക്കി.

കുറച്ചു നാളുകൾക്കു ശേഷം ജോർജ്ജ് ജയിലിൽ അലക്സാന്ദ്രയെ കണ്ടു. അപ്പോൾ അലക്സാന്ദ്ര പറഞ്ഞത്. "തനിക്ക് രക്തസാക്ഷിത്വത്തിന്റെയും നിത്യജീവന്റെയും കിരീടം ലഭിക്കുമെന്ന് ക്രിസ്തു തന്നോട് പറഞ്ഞതായി സ്വപ്നം കണ്ടു" എന്ന്. ജോർജ്ജ് ദൈവത്തെ മഹത്വപ്പെടുത്തി ഒപ്പം അവർക്ക് ആത്മബലം പകർന്ന് കടന്നുപോയി.

ജോർജ്ജിനെ ആവർത്തിച്ച് പീഡിപ്പിക്കപ്പെടുകയും, ദുഷിച്ച നിർദ്ദേശങ്ങളാലും ഭൗതികമായ പ്രലോഭനങ്ങളാലും വശീകരിക്കാൻ ശ്രമിച്ചെങ്കിലും, ജോർജ്ജിന്റെ വിശ്വാസം കർത്താവായ യേശുക്രിസ്തുവിൽ അദ്ദേഹത്തിന്റെ ധീരതയും വിശ്വാസവും വീര്യവുമെല്ലാം കണ്ട് അതിനെല്ലാം സാക്ഷ്യം വഹിച്ച നിരവധി പേർ ക്രിസ്ത്യാനികളായിത്തീർന്നു. അവരിൽ ചിലരെങ്കിലും യഥാർത്ഥ വിശ്വാസത്തിനുവേണ്ടി രക്തസാക്ഷിത്വം വരിച്ചു.

➤➤◄◄

7
ഗലേരിയസ്

ഇവിടെ ഗലേരിയസ്സിനെക്കുറിച്ച് അല്പമായെങ്കിലും പറയേണ്ടത് അനിവാര്യമായി തോന്നി. ലോക ചരിത്രത്തിൽ ക്രിസ്തിയാനികൾ ഏറ്റവും കൂടുതൽ പീഡിപ്പിക്കപ്പെട്ടതും കൊല്ലപ്പെട്ടതും ഗലേരിയസിന്റെ ഭരണ കാലത്താണ്. സീസർ ഗലേരിയസിന്റെ നിർബന്ധപ്രകാരം, 303-ൽ ഡയോക്ലെഷ്യൻ റോമൻ സാമ്രാജ്യത്തിലെ ക്രിസ്ത്യാനികളുടെ അവസാനത്തെ വലിയ പീഡനം ആരംഭിച്ചു,

ഗലേരിയസ് (ചിത്രം കടപ്പാട്)

അതിന്റെ ഫലമായി പള്ളികൾ നശിപ്പിക്കപ്പെടുകയും റോമൻ ദേവന്മാർക്ക് ബലിയർപ്പിക്കാൻ വിസമ്മതിച്ച ക്രിസ്ത്യാനികളെ പീഡിപ്പിക്കുകയും വധിക്കുകയും ചെയ്തു.

ഗലേരിയസിന്റെ പിതാവ് ത്രേസിയൻ തൊഴിൽപരമായി ഒരു ആട്ടിടയനായിരുന്നു. ഗലേരിയസ് തന്റെ ചെറുപ്പത്തിൽ തന്നെ ഈ ജോലി ചെയ്തുവന്നു. ഗലേരിയസിന്റെ അമ്മയെ റൊമുല എന്ന് വിളിച്ചിരുന്നു. ഡേസിയൻ വംശജയയായിരുന്നു അവർ. ഗലേരിയസ് ഒരു വിജാതീയനായിരുന്നു. തന്റെ അമ്മ റൊമുലയുടെ തീവ്രമായ ഭക്തിയും ക്രിസ്തു മതത്തോടുള്ള അവിശ്വാസവും അദ്ദേഹത്തെ വളരെയധികം സ്വാധീനിച്ചിരുന്നു.

ഗലേരിയസിന്റെ ശാസനയിൻ പ്രകാരം ക്രിസ്ത്യൻ മതഗ്രന്ഥങ്ങളും ക്രിസ്ത്യൻ സഭ ഭവനങ്ങളും നശിപ്പിക്കാൻ ഉത്തരവിട്ടു. അതോടൊപ്പംതന്നെ ഡയോക്ളെഷ്യസ് ചക്രവർത്തിയെയും ക്രിസ്തിയാനികളെ പീഡിപ്പിക്കുന്നതിനായും പ്രേരിപ്പിച്ചു.

ഇതിന് ആക്കം കൂട്ടുന്നതിനായി നിക്കോമീഡിയയിലെ ഡയോക്ലീഷ്യസിന്റെ കൊട്ടാരത്തിന് തീയിടുകയുണ്ടായി. ആക്രമണങ്ങൾ തീവ്രമായി നടക്കാൻ പ്രേരിപ്പിക്കുന്നതിനുള്ള ഒരു മാർഗമായി ഗലേരിയസ് തന്നെയാണ് തീപിടുത്തത്തിന് പിന്നിൽ പ്രവർത്തിച്ചതെന്ന് പറയപ്പെടുന്നു. അതിന്റെ ഫലമായി ന്യൂനപക്ഷ വിഭാഗത്തിനെതിരായ ഉപദ്രവം രൂക്ഷമായി. നഗരത്തിലെ എല്ലാ ക്രിസ്ത്യാനികളെയും ശിക്ഷയായി വധിക്കാൻ ഉത്തരവിട്ടിരുന്നു.

ഗലേരിയസ് ക്രിസ്ത്യാനികളെ ക്രൂരമായി പീഡിപ്പിക്കുന്ന ഭരണാധികാരി ആയിരുന്നുവല്ലോ. തന്റെ ഭരണത്തിന്റെ പതിനെട്ടാം വർഷത്തിൽ തുടരുമ്പോൾ ഭേദമാക്കാനാവാത്ത വിധം ഒരു രോഗം അയാളെ ബാധിച്ചു. മാരകമായ ഒരു അൾസർ രഹസ്യഭാഗങ്ങളിൽ സ്വയം രൂപപ്പെടുകയും സാവധാനം പടരുകയും ചെയ്തു. ഡോക്ടർമാർ അത് ഇല്ലാതാക്കാൻ കിണഞ്ഞു ശ്രമിച്ചു. വ്യണങ്ങൾ നീക്കം ചെയ്തു എങ്കിലും അത് വീണ്ടും പൊട്ടി. അവന്റെ ജീവൻ അപകടപ്പെടുത്തും വിധം രക്തം ഒഴുകി. ഡോക്ടറന്മാർ വീണ്ടും ഓപ്പറേഷൻ നടത്തി മുറിവ് ഉണക്കിയെങ്കിലും അവന്റെ ശരീരം മെലിഞ്ഞും തളർന്നും വന്നു. പിന്നീട് അബോധാവസ്ഥയിലേക്കായി.

ക്യാൻസർ ശരീരത്തിന്റെ എല്ലാ ഭാഗങ്ങളിലേക്കും പടർന്നു പിടിച്ചു. കേടായ മാംസം മുറിച്ചു മാറ്റുന്തോറും അത് സ്വയം വ്യാപിച്ചുകൊണ്ടിരുന്നു. രോഗശാന്തിക്കു ഉപയോഗിക്കുന്ന മരുന്നുകളോടൊന്നും ശരീരം പ്രതികരിച്ചില്ല. അത് രോഗത്തെ അതിന്റെ മൂർദ്ധന്യാവിൽ കൊണ്ടെത്തിച്ചു. ഡോക്ടറന്മാർ ചികിത്സിക്കുന്നതിൽ നിന്നും പിന്മാറി. രാജ്യത്തിന്റെ പല ഭാഗത്തുനിന്നും പ്രശസ്തരായ ഡോക്ടറന്മാരെ കൊണ്ടുവന്നു. എന്നാൽ ഒരു മാർഗവും വിജയിച്ചില്ല.

രോഗം മൂർച്ഛിച്ച് അദ്ദേഹത്തിന്റെ കുടൽ പുറത്തു ചാടി. ഗുഹ്യ ഭാഗങ്ങൾ മുഴുവൻ ദ്രവിച്ചഴുകി. അവസ്ഥാനം ചികിത്സ നല്കുന്നത് നിർത്തിവെച്ചു.

അയാളുടെ അഴുകി തുടങ്ങിയ വ്രണത്തിൽ നിന്ന് ദുർഗന്ധം കൊട്ടാരത്തിലും പരിസരത്തും വമിക്കാൻ തുടങ്ങി. പുഴുക്കൾ അയാളുടെ ശരീരത്തിൽ ഇഴഞ്ഞു നടന്നു.

ഒരുപക്ഷെ താൻ മുഖാന്തിരം നിരവധിയായ ജീവനുകൾ പൊലിയേണ്ടി വന്നതിന് താൻ ഉത്തരവാധിയല്ലേ എന്ന് അയാൾ പാശ്ചാത്തപിച്ചിരിക്കുമോ ആവോ?

ഒടുവിൽ പുഴുവരിച്ച് ഒരു ശുനകനെപ്പോലെ അയാൾ ജീവൻ വെടിഞ്ഞു.

⟶≫≪⟵

8
രക്തസാക്ഷിത്വം

ജോർജ്ജ് വീണ്ടും ഡയോക്ലീഷ്യന്റെ മുന്നിൽ പ്രത്യക്ഷപ്പെട്ടു. ജോർജ്ജ് തന്നോടൊപ്പം ക്ഷേത്രത്തിലേക്ക് പോകാനും അവിടെ അന്യദൈവങ്ങൾക്ക് ബലിയർപ്പിക്കാനും ഉത്തരവിട്ടു. എന്നാൽ അവർ ക്ഷേത്രത്തിലെത്തിയപ്പോൾ ജോർജ്ജ് അവിടെ കുരിശടയാളം സ്ഥാപിച്ചു. അവിടെ ഉണ്ടായിരുന്ന വിഗ്രഹങ്ങൾ അദ്ദേഹം തകർത്തുകളഞ്ഞു. അപ്പോൾ ജനങ്ങളും പുരോഹിതന്മാരും ജോർജ്ജിനെതിരെ രോഷാകുലരായി.

പീഡനം നടന്നുകൊണ്ടിരിക്കുമ്പോൾ പോലും ചക്രവർത്തിയുടെ മരിച്ചുപോയ പ്രിയ സുഹൃത്തിനെ ദൈവ ശക്തിയാൽ ഉയിർപ്പിച്ചു. ഇത്രയൊക്കെ അത്ഭുത പ്രവർത്തികളും മറ്റും കണ്ടിട്ടുപോലും ചക്രവർത്തിക്ക് ജോർജ്ജിന്റെ മേലുള്ള രോക്ഷം ആളിക്കത്തിക്കൊണ്ടിരുന്നു. ഏതു വിധേനയും ജോർജ്ജിനെ കൊല്ലുന്നതിൽ നിന്നും വ്യതിചലിക്കാൻ അയാൾ കൂട്ടാക്കിയില്ല.

നീണ്ട നാളുകൾ ഗീവറുഗീസ് വിവിധ തരത്തിൽ പീഡിപ്പിക്കപ്പെട്ടു. ഈ വേളയിലും അദ്ദേഹം അനേകം അത്ഭുതങ്ങൾ പ്രവർത്തിച്ചുകൊണ്ടിരുന്നു.

ഡയോക്ലേഷ്യസ്സിന്റെ പലവിധമായ പീഡനങ്ങളും ജോർജ്ജിന്റെ അടുത്ത് ദൈവകൃപയാൽ വിലപ്പോയില്ല.

ഇനി താൻ ഈ ലോകത്തോട് വിട പറയേണ്ട സമയമായി എന്ന് ജോർജ്ജിന് സ്വയം തോന്നി.

തന്റെ ജീവൻ കർത്താവിനു വേണ്ടി ബലിയർപ്പിക്കുവാൻ ജോർജ്ജ് സ്വയം തീരുമാനമെടുത്തു. തന്നെ പീഡിപ്പിച്ച സമയത്തെല്ലാം തനിക്കുവേണ്ടി കാവൽ നില്ക്കാൻ, തന്റെ

വിയർപ്പും, കണ്ണുനീരും ചോരയും ഒപ്പാൻ മലാഖമാരെ അയച്ച നാഥനെ മനസ്സിൽ ധ്യാനിച്ചു. നിന്റെ മുഖം ദർശിക്കുവാൻ നേരമായി എന്ന് അദ്ദേഹത്തിന്റെ മനസ്സ് മന്ത്രിച്ചു. തന്റെ വേദനകൾ അലിയിച്ചില്ലാതാക്കിയ കർത്താവിന്റെ സന്നിധിയിൽ കളങ്കമറ്റ ഭടനായി വന്നു ചേരുവാൻ അടിയന് ഇടയാകണമെന്ന് പ്രാർത്ഥിച്ചു. ഒടുവിൽ സഹദാ സ്വർഗത്തിലേക്ക് നോക്കി കുരിശു വരച്ചു.

ഇന്നലെകളെന്നപോലെ എല്ലും മനസ്സിൽ കൂടി കടന്നു പോയി. മാതാപിതാക്കൾ, ആ കുട്ടിക്കാലം, കടന്നു വന്ന വഴികൾ, തരണം ചെയ്ത ദുർഘടങ്ങൾ, പീഡനങ്ങൾ എല്ലാം എല്ലാം. അപ്പോഴൊക്കെ താൻ തന്റെ കർത്തവിന്റെ കരങ്ങളിൽ ഭദ്രമായിരുന്നു എന്ന് കർത്താവിനെ സ്തുതിച്ചുകൊണ്ട് ഓർത്തു. ഇനി അവന്റെ സന്നിധിയിലേക്കു കടന്നു പോകുന്ന ഈ സമയത്ത് മരണം കൈവരിക്കാനുള്ള ത്രാണികൂടി അവൻ തരട്ടെയെന്ന് നെഞ്ചുരുകി പ്രാർത്ഥിച്ചു.

ജോർജ്ജിനെ രക്തസാക്ഷിത്വ സ്ഥലത്തേക്ക് കൊണ്ടുവന്നപ്പോൾ, തനിക്ക് അൽപ്പം സമയം നൽകണമെന്ന് അദ്ദേഹം ആരാച്ചാരോട് ആവശ്യപ്പെട്ടു. എന്നിട്ട് സ്വർഗത്തിലേക്ക് കണ്ണുകൾ ഉയർത്തി അഗാധ ഹൃദയ വ്യഥയോടെ പ്രാർത്ഥിച്ചു.

"എന്റെ ഹൃദയത്തിന്റെ ഉദ്ദേശ്യങ്ങളെ അറിയുകയും നിന്റെ കരുണയാൽ എന്നെ ചുറ്റുകയും ഞാൻ ആവശ്യപ്പെടാതെ തന്നെ എന്റെ ആവശ്യങ്ങൾ നിറവേറ്റുകയും ചെയ്തുവല്ലോ നാഥാ. നിന്റെ നാമ മഹത്വത്തിനായി ഞാൻ നടത്തിയ ഈ പോരാട്ടം വിജയകരമായി പൂർത്തിയാക്കുവാൻ അങ്ങെനിക്ക് കൃപ തന്നതിൽ അങ്ങയെ സ്തുതിക്കുന്നു. എന്റെ ആത്മാവിനെ അങ്ങ് സ്വീകരിക്കേണമെ ഒപ്പം ഇവർ എന്നോടു ചെയ്തുപോയ തെറ്റുകൾ നീ അവരോടു പൊറുക്കണമെ"

പിന്നീട് മരണം ആസ്വദിക്കാനായി തന്റെ തല വെട്ടിക്കൊള്ളാൻ ഗീവറുഗീസ്സ് ചക്രവർത്തിയോട് ആവശ്യപ്പെട്ട് തന്റെ തല നീട്ടിക്കൊടുത്തു. വെട്ടേറ്റ് വീണ ഗീവറുഗീസ്സ് മരണത്തെ പുൽകി.

ഗീവറുഗീസ്സിനെ ശിരഛേദം ചെയ്യുന്നു (ചിത്രം കടപ്പാട്)

AD 303 ഏപ്രിൽ 23 ന് ഗീവറുഗീസ് ക്രിസ്തുവിനുവേണ്ടി രക്തസാക്ഷി ആയി. ഗീവറുഗീസ്സിന്റെ ഭൗതിക ശരീരം തന്റെ മാതാവിന്റെ സ്ഥലമായ ലിദ്ദയിൽ അടക്കം ചെയ്തു.

ഇസ്രായേലിലെ ലിദ്ദയിലുള്ള സെന്റ് ജോർജ്ജിന്റെ ശവകുടീരം
(ചിത്രം കപ്പാട്)

ഗീവറുഗീസ്സിന്റെ രക്തസാക്ഷിത്വത്തിനു ശേഷം അദ്ദേഹത്തിന്റെ സേവകരിൽ ഒരാളായ സോക്രട്ടീസ് എന്നയാൾ അദ്ദേഹത്തിന്റെ മൃതശരീരം പാലസ്തീനിലേക്ക് കൊണ്ടുപോയി. ജോർജ്ജിന്റെ മാതാവിനെ അടക്കം ചെയ്ത സ്ഥലമായ ലിദ്ദയിൽ അടക്കം ചെയ്തു. പിൽക്കാലത്ത് അവിടെ ഗീവറുഗീസ്സിന്റെ പേരിൽ പള്ളി പണിയുകയും ചെയ്തു. ലോകമെമ്പാടുമുള്ള പള്ളികളിൽ വി.ഗീവറുഗീസ്സിന്റെ തിരുശേഷിപ്പുകൾ സൂക്ഷിക്കുന്നുണ്ട്.

സെന്റ് ജോർജ്ജിന്റെ രക്തസാക്ഷിത്വവുമായി ബന്ധപ്പെട്ട ഏപ്രിൽ 23 തീയതി രക്തസാക്ഷിത്വ ദിനാചരണം സമൂഹത്തിൽ നിന്ന് സമൂഹത്തിലേക്കും ദേശങ്ങളിൽ നിന്ന് ദേശങ്ങളിലേക്കും അതുപോലെതന്നെ വിവിധ സഭകളിലേക്കും വിപുലമായ മാറ്റങ്ങൾ ഉണ്ടാക്കാൻ ഇടയായി വന്നു. വിശുദ്ധന്റെ വിശ്വാസ്യതയുടെ ആർജ്ജവം നാൾക്കു നാൾ വദ്ധിച്ചുവന്നു. ലോകത്തിലെ മിക്കയിടങ്ങളിലും അതുപോലെതന്നെ ഒട്ടുമിക്ക സഭകളിലും ഏപ്രിൽ 23-)ം തീയതി ഏകീകൃതമായി വിശുദ്ധ ഗീവറുഗീസ് സഹദായുടെ രക്തസാക്ഷിത്വ ദിനമായി ആചരിച്ചു വരുന്നു.

പല സംഭവങ്ങളെന്നപോലെ ഇതിഹാസത്തിന്റെ ഏടുകളിൽ ഈ സംഭവം ഇന്നും പച്ചയായി നില്ക്കുന്നു. തിന്മയുടെ മേൽ നന്മയുടെ പോരാട്ടത്തിൽ നന്മയുടെ വിജയം എന്ന് ഇതിനെ ക്രിസ്തീയ ലോകം കാണുന്നു. ക്രിസ്തുവിനൊപ്പം ഒരിക്കലും തിന്മക്ക് സ്ഥനം ഉണ്ടാവില്ല. അത് യഥാസമയങ്ങളിൽ ഉന്മൂലനം ചെയ്യപ്പെടും എന്നു കാണാൻ കഴിയും. ഒരുപക്ഷെ അത് നിരവധി പ്രതിസന്ധികളിൽക്കൂടി പോകേണ്ടി വന്നാല്ലോലും. ക്രിസ്തുവിനെ അത്മാർത്ഥമായി സ്നേഹിക്കുകയും അവനെ അനുസ്സരിക്കുകയും ചെയ്യുന്നരുടെ കൂടെ നിന്ന് മഹാസർപ്പത്തേപ്പോലുള്ള തിന്മകളെ തല ചതയ്ക്കാൻ സാധിക്കുമെന്ന് ജോർജ്ജിലൂടെ ദൈവം മാനവരാശിക്ക് കാണിച്ചുതന്നു.

ഇതിഹാസത്തെ അനശ്വരമാക്കുന്നതിനായി അദ്ദേഹത്തിന്റെ മരണത്തിന് നൂറ്റാണ്ടുകൾക്ക് ശേഷം അശ്വാരൂഢനായ ജോർജ്ജ് മഹാസർപ്പത്തെ കൊല്ലുന്ന സംഭവത്തിന്റെ ചിത്രം വിഖ്യാതമായി തീർന്നു.

9

വിശുദ്ധിയിലേക്ക് ഉയർത്തപ്പെട്ട ഭടൻ-അല്മായൻ

ജോർജ്ജിനെ വിശുദ്ധനാക്കപ്പെടുന്നു.

AD 494-ൽ **ജെലാസിയസ് മാർപ്പാപ്പയാണ്** ജോർജ്ജിനെ വിശുദ്ധനായി പ്രഖ്യാപിക്കുന്നത്. പല വിശുദ്ധന്മാരെയും പോലെ, സെന്റ് ജോർജ്ജ് തൻറെ ക്രിസ്തീയ വിശ്വാസത്തിനുവേണ്ടി മരിച്ചതിനുശേഷം ഒരു രക്തസാക്ഷിയായി വിശേഷിപ്പിക്കപ്പെട്ടു.

വിശ്വാത്തിൽ അടിയുറച്ച് നില്ക്കുകയും അതിനുവേണ്ടി പ്രവർത്തിച്ച് സ്വമേധയാ മരണം വരിക്കുന്നവരെ ലോകത്തിലെ ഒട്ടുമിക്ക മതങ്ങളിലും വാഴ്ത്തപ്പെട്ടവരുടെ ഗണത്തിലേക്ക് ഉയർത്താറുണ്ട്. അങ്ങനെ തങ്ങളുടെ വിലപ്പെട്ടതായ സർവ്വവും അല്ലെങ്കിൽ ജീവൻ വരെ ത്യജിക്കുന്നവർ വിശുദ്ധരായി എണ്ണപ്പെടുന്നു.

ഏതൊരു സേനയിലേയും സൈനികർ സൈന്യത്തിൻറെ നിയമാവലികൾ (ചട്ടങ്ങൾ) പാലിക്കാൻ ബാധ്യസ്ഥരാണ്. സൈനിക ധർമ്മത്തെ പരിപാലിക്കുന്നതിനും ദൗത്യം നിറവേറ്റുന്നതിനും ഉത്തരവാദിത്തപ്പെട്ടവരാണ്. അതോടൊപ്പംതന്നെ ക്രിസ്തുവിനെ തന്റെ രക്ഷകനായി സ്വീകരിച്ച് ക്രിസ്തു എന്താണ് നമ്മോട് ആവശ്യപ്പെടുന്നത് എന്നു മനസ്സിലാക്കി ആ ദൗത്യവും ഒപ്പം നിറവേറ്റിയ വീര സൈനികൻ വിശുദ്ധ ഗീവറുഗീസ് സഹദ മാത്രമായിരിക്കും!

മനുഷ്യർക്കിടയിലെ നല്ല പ്രവർത്തികളാണ് ഒരാളെ ബഹുമാനിക്കാൻ ഇടയാക്കുന്നത്. അത് ദൈവ ഹിതത്തിനൊത്തുകൂടി ആകുമ്പോൾ അവരെ ദൈവം

തിരഞ്ഞെടുത്ത ദൈവീക ശ്രേണിയിലേക്ക് ഉയർത്തപ്പെടുന്നു. അവരിൽ ഒരാളായി ജോർജ്ജിനെ അംഗീകരിച്ച് വിശുദ്ധനാക്കപ്പെട്ടു.

ദൈവം ഓരോരുത്തരെയും വിശുദ്ധിയിലേക്ക് വിളിച്ചുകൊണ്ടിരിക്കുന്നു. പക്ഷെ സ്വാർത്ഥവും ഭൗതികവുമായ സുഖഭോഗങ്ങളിൽ ഉഴലുന്ന നാം ഓരോരുത്തരും ആത്മീയതയെ കണ്ടില്ലെന്നു നടിക്കുകയും സമൂഹത്തിൽ നല്ല അത്മീയ നിറവുള്ളവരായി അഭിനയിച്ച് ജീവിക്കുകയുമാണ് ചെയ്തു കൊണ്ടിരിക്കുന്നത്!

പക്ഷെ വിശുദ്ധിക്ക് വിശ്വാസവും, വിശ്വാസം കർമ്മ പദങ്ങളിലൂടെ പ്രാവർത്തികമാക്കാൻ ധൈര്യവും പരാക്രമവും വീരത്വവും ആവശ്യമാണ്. ക്രിസ്തിയാനികളുടെ നിലനില്പ് പണ്ടു മുതലെ ചോദ്യ ചിഹ്നമായി തുടരുന്നു. പഴയ കാലമായാലും വർത്തമാന കാലമായാലും വെല്ലുവിളികളുടെ നടുവിൽ കൂടിയാണ് കടന്നുവന്നതും കടന്നു പൊയ്ക്കൊണ്ടുമിരിക്കുന്നത്.

കോൺസ്റ്റന്റൈൻ ദി ഗ്രേറ്റ് റോമൻ ചക്രവർത്തിയായിരുന്ന കാലഘട്ടത്തിൽ "ഏറ്റവും ഉന്നതനായ ഒരു മനുഷ്യന്" ഒരു പള്ളി സമർപ്പിച്ചതായി നാലാം നൂറ്റാണ്ടിലെ ബിഷപ്പായ യൂസിബിയസ് പ്രസ്താവിച്ചു. ഈ പേര് വെളിപ്പെടുത്താത്ത മനുഷ്യൻ സെന്റ് ജോർജ് ആണെന്ന് കരുതുന്നു.

* * *

വിശ്വാസത്തിനു വേണ്ടി തന്നെത്തന്നെ സ്വയം അർപ്പിക്കുന്ന ഏതൊരാളും വിശുദ്ധരാണ്. തങ്ങളുടെ ജോലി ആത്മീയതയ്ക്ക് ഒരു പ്രതിബന്ധം ആവില്ലെന്ന് തെളിയിധിച്ച് കർത്താവിനുവേണ്ടി ജീവൻ ബലിയർപ്പിച്ച രക്തസാക്ഷിയാണ് വിശുദ്ധ ഗീവറുഗീസ് സഹദ. അതുപോലെതന്നെ സൈനിക വിശുദ്ധന്മാരിൽ ഏറ്റവും പ്രധാനിയാണ്.

തിരക്കുപിടിച്ച ഒരു പട്ടാള ഉദ്യോഗസ്ഥനായിരിക്കുമ്പോഴും തന്റെ ഔദ്യോഗിക ജീവിതത്തിനിടയിൽ കർത്താവിന്റെ വചനങ്ങൾ

മറ്റുള്ളവരിലേക്ക് എത്തിക്കുകയും അവരെ ക്രിസ്തീയ വിശ്വാസത്തിൽ കൊണ്ടുവരികയും ചെയ്തു എന്നത് മാനവ രാശിക്കുതന്നെ ഉദാഹരണമാണ്. അതുപോലെതന്നെ ഏതെല്ലാം രാജ്യങ്ങൾ നയതന്ത്ര ബന്ധങ്ങൾക്കായി സന്ദർശിച്ചുവോ അവിടെയൊക്കെ ക്രിസ്തീയ സഭയുടെ അടിത്തറ പാകുവാനും വിശുദ്ധ സഹദായ്ക്ക് കഴിഞ്ഞു എന്നത് വിശുദ്ധിയിലേക്ക് ഉയത്തപ്പെടുവാൻ ഇടവരുത്തി.

സഭകളിൽ പരിശുദ്ധന്മാരും സഹദേന്മാരും ഒക്കെയായി പലപ്പോഴും പരിഗണിക്കാറുള്ളത് വൈദികരെയോ അല്ലെങ്കിൽ സന്യാസ ഗണത്തിൽ പെട്ടവരെയോ ആണ്. പക്ഷെ ദൈവത്തിന്റെ ഹിതത്തിനൊത്ത് ജീവിച്ച് അവനു വേണ്ടി മരിക്കുന്ന ഏതൊരാൾക്കും വിശുദ്ധനാകാൻ സാധിക്കുമെന്നതിന്റെ ഉത്തമ ദൃഷ്ടാന്തമാണ് അല്മായനായ വിശുദ്ധ ഗീവറുഗീസ് സഹദ.

ക്രിസ്തുവിനുവേണ്ടി എന്തു ത്യാഗം സഹിക്കാനും നിരന്തരമായ പീഡകൾ ഏല്ക്കാനും ഇത്രമാത്രം തളരാത്ത മനസ്സുമായി ഒരു വീര യോദ്ധാവിനെപ്പോലെ മുന്നേറിയ മറ്റാരെങ്കിലും ഉണ്ടോയെന്നത് ചിന്തനീയം തന്നെ.

അനീതിയോടുള്ള ചെറുത്തു നില്പും പോരാട്ടവും വിശുദ്ധ സഹദയെ മറ്റാരിൽ നിന്നും വേറിട്ടു നിർത്തുന്നു.

സെന്റ് ജോർജ്ജിന്റെ വീരതയും ധർമ്മവും നിറഞ്ഞ ജീവിതം ആദിമ സഭകൾക്ക് പ്രചോദനം ലഭിച്ചു. ആദിമ ക്രിസ്തിയാനികൾ തങ്ങളുടെ വിശ്വാസത്തെ മുറുകെ പിടിച്ചതിനാൽ റോമൻ ഏകാതിപത്യം തകർന്നടിഞ്ഞു. പകരം ക്രിസ്ത്യൻ സംസ്കാരം നിലവിൽ വന്നു. സെന്റ് ജോർജ്ജിന്റെ ധീരതയും വിശ്വാസത്തിന്റെ വേരും അവിടെ ആഴത്തിൽ ഇറങ്ങിച്ചെന്നു.

ഒരർത്ഥത്തിൽ വിശുദ്ധ സ്നാപക യോഹന്നാനു ശേഷം വേറൊരാൾ ഈ ഭൂമുഖത്തു ജീവിച്ചിരുന്നിട്ടുണ്ടെങ്കിൽ അതു വിശുദ്ധ

ഗ്രീവറുഗീസ്സ് സഹദ മാത്രമായിരിക്കും സർപ്പ സന്തതികളുടെ തല ചതയ്ക്കാനായി ഈ മണ്ണിൽ ജനിച്ചവരിൽ.

നമ്മൾ ഏതു തുറയിൽ പ്രവർത്തിക്കുന്നു എന്നതിലല്ല പ്രാധാന്യം. എപ്രകാരം നമ്മുടെ മൂല്യങ്ങളെ ഉൾക്കൊണ്ട് വിശ്വാസത്തിനും തിന്മക്കും എതിരെ പോരാടി സമൂഹത്തിനും ദൈവത്തിനും ഉപകരിക്കുന്നവരാവാൻ കഴിയും എന്നതിലാണ് മഹത്വം. അങ്ങനെയുള്ള ഒരു ജീവിതത്തിൽ പ്രതികൂലങ്ങളും പ്രതിസന്ധികളും പിടിവിടാതെ കൂടെയുണ്ടാവുമെങ്കിലും ദൈവത്തിന്റെ അദൃശ്യമായ കരങ്ങളും കൃപകളും എപ്പോഴും കാവലായി ഉണ്ടാകും എന്നതിന് നിരവധി തെളിവുകളാണ് വിശുദ്ധ ഗ്രീവറുഗീസ്സ് സഹദായുടെ പീഡന ചരിത്രം കാണിച്ചു തരുന്നത്.

വിശുദ്ധ ഗ്രീവറുഗീസ് സഹദ പിശാചിന്റെ പ്രതീകമായ മഹാ സർപ്പത്തെ ഉന്മൂലനം ചെയ്തു. ക്രിതിയാനികളെയും പള്ളികളെയും സംരക്ഷിക്കുന്നതിനൊപ്പം കർത്താവിന്റെ മഹത്വത്തിനായി ജീവിക്കുന്നതിൽ നിന്നും അണുവിട വ്യതിചലിച്ചില്ല എന്നു ഉടനീളം കാണാൻ കഴിയും. ദൈവത്വത്തിന്റെ പ്രതീകമായി വീരത്വത്തിലേക്കു നയിക്കുന്ന വെളുത്ത കുതിര. സ്വഭാവ ശുദ്ധിയും കർമ്മ നിരതയും കടമയും വിനായാന്വതനായി എങ്ങനെ പെരുമാറാമെന്നും ഒരുപോലെ ജോലി നടത്താമെന്നും തെളിയിച്ച അതിശ്രേഷ്ട സൈനികനായിരുന്നു സെന്റ് ജോർജ്ജ്. അതുകൊണ്ടാണ് പല രാജ്യങ്ങളുടെയും കാവൽ പിതാവായി വിശുദ്ധ ഗ്രീവറുഗീസ്സ് സഹദയെ അംഗീകരിക്കുന്നതും ആദരിക്കുന്നതും ആരാധിക്കുന്നതും.

ക്രിസ്തുമതത്തിലെ ഏറ്റവും ബഹുമാനിക്കപ്പെടുന്ന വിശുദ്ധന്മാരിലും വീരന്മാരിലും മഹാരക്തസാക്ഷികളിലും ഒരാളായി അദ്ദേഹം മാറി. കുരിശുയുദ്ധങ്ങൾക്ക് അദൃശ്യനായി തങ്ങളുടെ രക്ഷകനായി കൂടെനിന്ന് സംരക്ഷിച്ചുവെന്ന് ചക്രവർത്തിമാരും സൈനികരും വിശ്വസിക്കുന്നതിനാൽ അദ്ദേഹം ഒരു സൈനിക വിശുദ്ധനായി പ്രത്യേകം ആരാധിക്കപ്പെടുന്നു. ക്രിസ്തീയാനി-

കൾക്കൊപ്പം ചില മുസ്ലീങ്ങളും അദ്ദേഹത്തെ ഏക ദൈവ വിശ്വാസത്തിന്റെ രക്തസാക്ഷിയായി ബഹുമാനിക്കുന്നു .

ഉയർന്ന പദവിൽ ഇരിക്കുമ്പോഴും ലാളിത്യവും ഏളിമയും നിറഞ്ഞവനായി തന്നെത്തന്നെ കർത്താവിനായി താഴ്ത്തി കൊടുക്കുകയും ജീവിക്കുകയും ചെയ്തതിന്റെ തെളിവായി ദൈവം വിശുദ്ധ സഹദായെ മാനുഷിക ശ്രേണിയിൽനിന്ന് ദൈവീക ശ്രേണിയിലേക്ക് കൈപിടിച്ച് ഉയർത്തപ്പെട്ടു.

വിശുദ്ധ ഗീവറുഗീസ് സഹദായുടെ ചരിത്രം വെളിച്ചം വീശുന്നത് അദ്ദേഹം പല തലങ്ങളിൽ കൂടി തന്റെ ജീവിതം നയിച്ചു എന്നുള്ളതാണ്. ക്രൂരനായ ശത്രുവിനോട് പോരാടുന്ന വീരനായ മനുഷ്യനായും മനുഷ്യന്റെ ഭൗമിക അസ്തിത്വത്തിന്റെ പല അതിരുകൾക്കും അതീതമായി കഷ്ടതകൾ സഹിച്ച് രക്തസാക്ഷിയായി.

സെന്റ് ജോർജ്ജിന്റെ ജീവചരിത്രം ക്രിസ്തു മതത്തിനകത്തും പുറത്തും മത പാരമ്പര്യങ്ങൾ വളരെ വിഭിന്നമായ രീതിയിൽ വ്യാഖ്യാനിക്കുകയും ഒരു മിഥ്യാ കഥാപാത്രമെന്ന നിലയിൽ വെല്ലുവിളിക്കുകയും ചെയ്യുമ്പോൾ ചരിത്രം നമ്മെ സെന്റ് ജോർജ്ജിന്റെ ദൈവീക തേജസ്സിലേക്കു നയിക്കുന്നതോടൊപ്പം ചരിത്രം സാക്ഷ്യപ്പെടുത്തുകയും ചെയ്യുന്നു.

ക്രിസ്തീയ വിരുദ്ധ ചക്രവർത്തിമാരുടെ രാജാക്കന്മാരുടെ ഇടയിൽ അവന്റെ മഹത്വം നിർമ്മാർജ്ജനം ചെയ്യുന്നതിനായി കിണഞ്ഞുള്ള പരിശ്രമങ്ങൾ നടന്നെങ്കിലും വിശുദ്ധന്റെ പ്രശസ്തി നാൾക്കുനാൾ ലോകമെങ്ങും ആളിപ്പടരുകയാണ് ചെയ്തത്. വിശുദ്ധനെക്കുറിച്ചുള്ള ആരാധനാക്രമങ്ങൾ വ്യാപകമായി. ഏകദേശം 1700 വർഷത്തിലേറെയായി വിശുദ്ധനോടുള്ള വിശ്വാസ സമ്പ്രദായങ്ങൾ ആഴത്തിൽ വേരൂന്നിയെന്നത് വലിയ പദ്ധതികളോ ആസൂത്രിതമായ തയ്യാറെടുപ്പുകളോ ഇല്ലാതെ വളരെ ലളിതമായിരുന്നു എന്നത് ദൈവീക മഹത്വത്തിന്റെ ഉദാഹരണമാണ്.

ഇതൊക്കെ വിശുദ്ധ ഗീവറുഗീസ് സഹദായുടെ ഭക്തിയെ കൂടുതൽ നിറവുറ്റതാക്കി തീർക്കുന്നു. തെളിവുകൾ പലപ്പോഴും ചൂണ്ടിക്കാണിക്കുമ്പോഴും അദ്ദേഹത്തെ പ്രതിയുള്ള വെല്ലുവിളികളും

അടിച്ചമർത്തലുകളുടെയും ശ്രമങ്ങൾ നടന്നു കൊണ്ടേയിരുന്നു എന്നുള്ളതാണ് കൂടുതൽ മഹത്വം അർഹിക്കുന്നത്. പക്ഷേ അദ്ദേഹം ഒരിക്കലും അവ്യക്തതയിലേക്ക് വഴുതിവീണില്ല. അതിനാൽത്തന്നെ ആശ്ചര്യപ്പെടുത്തുന്ന രീതിയിൽ അദ്ദേഹത്തിന്റെ ഇതിഹാസങ്ങൾ പുനർനിർമ്മിക്കപ്പെട്ടിട്ടുണ്ട്.

വിശുദ്ധ ഗീവറുഗീസ് സഹദായുടെ തീക്ഷ്ണതയും അതി തീവ്രമായ വ്യക്തിത്വത്തെ വരച്ചുകാട്ടുന്ന ചിത്രമാണ് അശ്വാരൂഡനായ അദ്ദേഹം വ്യാളിയെ കൊല്ലുന്നത്. ശരിയായ വിശുദ്ധൻ അല്ലെന്ന ആരോപണങ്ങളെയും അതിജീവിക്കുവാൻ അദ്ദേഹത്തിന്റെ ശക്തിക്കു കഴിഞ്ഞു.

അഞ്ചാം നൂറ്റാണ്ടിന്റെ അവസാനത്തിൽ, അദ്ദേഹത്തിന്റെ ഇതിഹാസം, നിരോധിക്കപ്പെട്ട പുസ്തകങ്ങളുടെ ആദ്യ പട്ടികകയിൽ ഉൾപ്പെടുത്തി. കാരണം അദ്ദേഹവുമായി ബന്ധപ്പെട്ട സങ്കീർണ്ണമായ രക്തസാക്ഷിത്വ കഥ, വിശുദ്ധനെതിരെയുള്ള ഭീകരമായ പീഡനങ്ങളും ഒന്നിലധികം പുനരുത്ഥാനങ്ങളും, വിശ്വാസ്യത നൽകാൻ കഴിയാത്തത്ര അവിശ്വസനീയമായി കണക്കാക്കി. ഇത് വിശുദ്ധനോടുള്ള ആരാധനയെ അടിച്ചമർത്താനുള്ള ഒരു ശ്രമമായിരുന്നെങ്കിൽ അത് അഗാധമായി പരാജയപ്പെട്ടു. കാരണം അദ്ദേഹം ലോകമെമ്പാടും വിവിധ മതപാരമ്പര്യങ്ങളിലും വ്യക്തിപരവും സാമുദായികവുമായ വിശ്വാസ വ്യവസ്ഥകളുടെ സുപ്രധാന ഘടകമായി മാറിക്കഴിഞ്ഞിരുന്നു.

സെന്റ് ജോർജ്ജ് വ്യക്തമായും ഒരു ക്രിസ്ത്യൻ വ്യക്തിയാണെന്ന വസ്തുത ചരിത്രം പഠിപ്പിക്കുന്നുണ്ട് ഇതിഹാസത്തിന്റെയും ചരിത്രങ്ങളുടെയും വശങ്ങൾ പരിശോധിക്കുമ്പോൾ. അദ്ദേഹത്തിന്റെ മതപരവും മതേതരവുമായ മറ്റ് ക്രിസ്ത്യാനികളല്ലാത്ത പാരമ്പര്യങ്ങളിൽ പോലും തികച്ചും സമാന്തരമായത്കണ് പ്രാധാന്യം കൊടുക്കുന്നത് എന്നതാണ് മറ്റൊരു വസ്തുത. ഇതുതന്നെയാണ് അദ്ദേഹത്തിന്റെ ആരാധനയുടെ ഏറ്റവും രസകരമായ ഒരു വശവും.

⤳≫≪⤛

10
വിശുദ്ധന്റെ അത്ഭുതങ്ങൾ

ജോർജ്ജ് മരിച്ചവനെ ഉയിർപ്പിക്കുന്നു.

ഒരു ദിവസം ജോജ്ജിനെ പീഡനത്തിന്റെ ഭാഗമായി മറ്റൊരിടത്തേക്ക് കൊണ്ടു പോകുമ്പോൾ മഗ്നെറ്റിയോസ് എന്ന ഡയോക്ളേഷ്യൻ ചക്രവർത്തിയുടെ ഉപദേശകൻ ജോർജ്ജിനോട് എന്തെങ്കിലും അത്ഭുതം പ്രവർത്തിക്കാൻ ആജ്ഞാപിച്ചു. അവർ അതിലെ കടന്നു പോകുമ്പോൾ അവിടെ വളരെ പണ്ടു അടക്കം ചെയ്ത ഒരു ശവകുടീരമുണ്ടായിരുന്നു. നിന്റെ ദൈവത്തിന് ഇത്രമാത്രം ശക്തി ഉണ്ടെങ്കിൽ ഈ മനുഷ്യനെ ഉയർപ്പിക്കാൻ മാഗ്നെറ്റിയോസ് ജോർജ്ജിനോട് ആവശ്യപ്പെട്ടു. ജോർജ്ജ് വളരെ നേരം പ്രാത്ഥനയിൽ മുഴുകി. എന്നിട്ട് കല്ലറയുടെ ദ്വാരം മൂടിയിരുന്ന പാറ ഉരുട്ടി മാറ്റി ആ മനുഷ്യനെ ഉയിർപ്പിച്ചു.

ഡയോക്ളെഷ്യസ് ഉയിർത്തുവന്ന മനുഷ്യനോട് താൻ ആരാണെന്നും എങ്ങനെ എപ്പോൾ മരിച്ചുവെന്നും ഒക്കെ ചോദിച്ചു. അതിനെല്ലാം അയാൾ ഉത്തരം പറഞ്ഞു.

ക്രിസ്തുവിനു മുമ്പ് താൻ ജീവിച്ചിരുന്നതാണെന്നും. വിഗ്രഹങ്ങളെ ആരാധിച്ചിരുന്നുവെന്നും അതുകൊണ്ട് തീനരകത്തിൽ യാതനയിൽ കഴിയുകയായിരുന്നു എന്നും അയാൾ പറഞ്ഞു. ഇതെല്ലാം കണ്ടും കേട്ടും നിന്ന നിരവധിപ്പേർ ക്രിസ്തുവിനെ തങ്ങളുടെ രക്ഷിതാവായി സ്വീകരിച്ചു.

പിടിക്കപ്പെട്ട ഒരു സൈനികന്റെ രക്ഷ

വിശുദ്ധ ജോർജ്ജിനായി നിരവധി പള്ളികൾ സമർപ്പിക്കപ്പെട്ടിരുന്നു അക്കാലത്ത്. ഈ മഹാനായ രക്തസാക്ഷിയുടെ ബഹുമാനാർത്ഥം പല കുടുംബങ്ങളും തങ്ങളുടെ കുട്ടികൾക്ക് ജോർജ്ജ് അല്ലെങ്കിൽ ജോർജിയ എന്ന് പേരിട്ടിരുന്നു.

ഒരു ഭക്ത കുടുംബത്തിൽ തന്റെ മകന് ജോർജ്ജ് ബാർബേറിയൻ എന്ന് പേരു നല്കി. തന്റെ മകനെ വളരെ ഭയഭക്തിയോടുകൂടിയും സ്നേഹ വാത്സല്യത്തോടും വളർത്തി. നിയമപ്രകാരം ഇരുപതു വയസ്സായപ്പോൾ അവൻ പട്ടാളത്തിൽ സേവനം അനുഷ്ടിച്ചുവന്നു.

ഒരു പ്രാകൃത ഗോത്രവുമായുള്ള യുദ്ധത്തിൽ നിരവധി ക്രിസ്ത്യൻ സൈനികർ കൊല്ലപ്പെടുകയും തടവിലാക്കപ്പെടുകയും അടിമകളാക്കപ്പെടുകയും ചെയ്തു. അവരിൽ യുവ ജോർജ്ജ് ബാർബേറിയനും ഉണ്ടായിരുന്നു. ചിലരെയൊക്കെ അടിമകളായി വിറ്റു. പിടിക്കപ്പെട്ട ജോർജ്ജ് ബാർബേറിയൻ ഓഫീസർമാരിൽ ഒരാളുടെ വ്യക്തിപരമായ അടിമയായി.

ഒരു വർഷത്തോളം ജോർജ്ജ് ബാർബേറിയന്റെ മാതാപിതാക്കൾ തങ്ങളുടെ നഷ്ടപ്പെട്ട കുട്ടിയെയോർത്ത് വിലപിക്കുകയും കരയുകയും ചെയ്തു. തങ്ങളുടെ പ്രിയപ്പെട്ട മകനെ കണ്ടുകിട്ടാനായി ആ മാതാപിതാക്കൾ ദിവസ്സവും പള്ളിയിൽ പോയി മുട്ടുകുത്തി ദൈവത്തോട് അപേക്ഷിച്ചു.

അതുപോലെതന്നെ താൻ ആയിരിക്കുന്നിടത്ത് വെച്ച് തന്റെ മാതാപിതാക്കൾക്കു വേണ്ടിയും അവരെ കണ്ടു കിട്ടുന്നതിനുമായി ജോർജ്ജ് ബാർബേറിയനും പ്രാർത്ഥിച്ചു.

തങ്ങളുടെ മകൻ തിരിച്ചു വരുമെന്ന പൂർണ്ണ വിശ്വാസം അവർ വിശുദ്ധ ഗീവറുഗീസ് സഹദായിൽ അർപ്പിച്ചിരുന്നു. സഹദായുടെ

പെരുന്നാൾ എത്തിയപ്പോൾ വിരുന്നിനായി തങ്ങളുടെ ബന്ധുക്കളെ ക്ഷണിച്ചിരുന്നു.

അന്ന് ഭക്ഷണം കഴിക്കുന്നതിന് മുമ്പ് തന്റെ കാൽ കഴുകുവാൻ ജോർജ്ജിനോട് ആഫീസ്സർ ആവശ്യപ്പെടുകയുണ്ടായി. അതനുസ്സരിച്ച് ജോർജ്ജ് വെള്ളം ചൂടാക്കാൻ പോയി. അപ്പോൾ ജോർജ്ജ് കരഞ്ഞുകൊണ്ട് വിശുദ്ധ ഗീവറുഗീസ്സിനോട് പ്രാർത്ഥി ച്ചു.

അപ്പോൾ വിശുദ്ധ ഗീവറുഗീസ് സഹദ ജോർജ്ജ് ബാർബേറിയനെ അവിടെ നിന്നു മോചിപ്പിക്കുകയും തന്റെ കുതിരമേൽ കയറ്റി തന്റെ മാതാപിതാക്കൾ അതിഥികളോടൊപ്പം വിരുന്നിനായിരിക്കുമ്പോൾ അവിടെ എത്തിക്കുകയും ചെയ്തു. അപ്പോൾ തങ്ങളുടെ മകനെ കണ്ട് അവരെല്ലാം അത്ഭുതം നിറഞ്ഞവരായി. ജോർജ്ജ് അവരോട് നടന്ന കാര്യം പറയുകയും ദൈവത്തെയും വിശുദ്ധനെയും മഹത്വപ്പെടുത്തുകയും ചെയ്തു.

വിധവയുടെ മകൻ

ഒരിക്കൽ കൊള്ളക്കാരനായ പൈറേട്ടിന്റെ നേതൃത്വത്തിൽ ഒരു സെന്റ് ജോർജ്ജ് ദിനത്തിൽ എല്ലാവരും പള്ളിയിൽ ഒത്തുചേരുന്ന ദിനത്തിൽ അവിടം കൊള്ളയടിക്കാൻ തീരുമാനിച്ചു. കൊള്ളയടിക്കുകയും അവിടെ കൂടിയിരുന്നവരിൽ ചിലരെ ബന്ദികളാക്കുകയും ചെയ്തു. അവരിൽ ഒരു വിധവയുടെ മകനും ഉണ്ടായിരുന്നു. ആ കൊള്ളക്കാർ വിധവയുടെ മകനെ ഒരു അമീറിന് വിറ്റു. അമീർ അവനെ സേവകനാക്കി.

അവന്റെ അമ്മ കലങ്ങിയ ഹൃദയത്തോടെ മന:മുരുകി ദൈവത്തോടും വിശുദ്ധ ഗീവറുഗീസ്സിനോടും കരഞ്ഞു പ്രാർത്ഥിച്ചു. നഷ്ടപ്പെട്ട തന്റെ മകനുവേണ്ടി. അമീറിനു വീഞ്ഞ് കൊടുക്കാൻ തുടങ്ങുന്ന വേളയിൽ വിശുദ്ധ ഗീവറുഗീസ് സഹദ അവിടെ പ്രത്യക്ഷപ്പെടുകയും ആ മകനെ അവിടെ നിന്നും പിടികൂടി അമ്മയുടെ അടുത്തു കൊണ്ടുപോയി. തന്റെ മകനെ തിരിച്ചു

കിട്ടിയപ്പോൾ അവർക്ക് അതൊരു മഹാ അത്ഭുതമായി എന്നിട്ട് ദൈവത്തിനെയും വിശുദ്ധനെയും സ്തുതിച്ചു.

അഹങ്കരിക്കുന്നവർക്കുള്ള ഓർമ്മപ്പെടുത്തൽ

ഒരു നഗരത്തിൽ, സെന്റ് ജോർജ്ജ് പള്ളിയുടെ മുറ്റത്ത് കുറച്ച് കുട്ടികൾ കളിക്കുകയായിരുന്നു. അതിൽ ആൺകുട്ടികളിൽ ഒരാളെ മറ്റുള്ളവർ ചേർന്ന് കളിയാക്കി. അപ്പോൾ അവൻ പള്ളിയിൽ പോയി വിശുദ്ധ ഗീവറുഗീസ്സ് സഹദായോട് പ്രാർത്ഥിച്ചു. പ്രത്യുപകാരമായി ആ കുട്ടി വിശുദ്ധന് നേർച്ച നൽകിക്കൊള്ളാമെന്ന് വാഗ്ദാനം ചെയ്തു. പിന്നീട് അവൻ മുറ്റത്തേക്ക് മടങ്ങി മറ്റു കുട്ടികളുമായുള്ള മത്സരം വിജയിച്ചു. അവൻ വീട്ടിൽ പോയി നേർച്ച ഉണ്ടാക്കി വിശുദ്ധന് അർപ്പിച്ചു.

കുറച്ച് കഴിഞ്ഞ് മൂന്ന് യുവാക്കൾ പള്ളിയിൽ കയറിയപ്പോൾ നേർച്ച അവിടെ വെച്ചിരിക്കുന്നത് കണ്ടു. അവർ പരിഹാസ സ്വരത്തിൽ പറഞ്ഞു വിശുദ്ധൻ ഭക്ഷണം കഴിക്കില്ലെന്ന്. അങ്ങനെ അവർ അൾത്താരയുടെ പടികളിൽ ഇരുന്ന് ആ നേർച്ചയെല്ലാം കഴിക്കാൻ തീരുമാനിച്ചു. പക്ഷെ അതെല്ലാം കഴിച്ചതിനു ശേഷം അവർക്ക് അവിടെനിന്നും എഴുന്നേൽക്കാൻ കഴിയാതെ കുടുങ്ങിക്കിടക്കുന്നതായി അവർക്ക് മനസ്സിലായി. അവർ സ്വയം പാശ്ചാത്തപിക്കുകയും വിശുദ്ധ ഗീവറുഗീസ് സഹദായോട് മാപ്പ് അപേക്ഷിക്കുകയും ചെയ്തു. തുടർന്ന് അവർ തങ്ങളുടെ നേർച്ച വിശുദ്ധന് സമർപ്പിച്ച് അവിടെനിന്നും പോയി.

സാരകിനോസ്സും ഒട്ടകങ്ങളും, വിശ്വാസവും

ഒരിക്കൽ സാരകിനോസ് എന്ന ഒരു സഞ്ചാരി തന്റെ അനുയായികളുമായി യാത്ര ചെയ്യുകയായിരുന്നു. വഴി മധ്യേ അവർ സെന്റ് ജോർജ്ജിന്റെ പള്ളി കണ്ടു. അവിടെ വിശ്രമിക്കാൻ അവർ തീരുമാനിച്ചു. അതിനു ശേഷം ബാക്കി യാത്ര തുടരാമെന്ന് അവർ കരുതി. തങ്ങളുടെ സാധനങ്ങളെല്ലാം എടുത്ത് പള്ളിക്കകത്ത് വെച്ചു. പിന്നീട് തങ്ങളുടെ ഒട്ടകങ്ങളെ പള്ളിയിൽ കയറ്റാൻ ശ്രമിക്കുമ്പോൾ

അതിന് പുരോഹിതൻ സമ്മതിച്ചില്ല. പക്ഷെ സഞ്ചാരി സാരകിനോസ് അതു വകവെയ്ക്കാതെ ഒട്ടകങ്ങളെ പള്ളിക്കുള്ളിൽ പ്രവേശിപ്പിച്ചപ്പോൾ അതെല്ലാം ചത്തു വീണു.

ആ അത്ഭുതം കണ്ട് സാരകിനോസ് ആശ്ചര്യവാനായി. അന്നു രാത്രി സാരകിനോസ് ഒരു സ്വപ്നം കണ്ടു. ഒരു കുട്ടിയെ ബലി അർപ്പിച്ച് അവിടെ അതിന്റെ രക്തം തളിക്കുന്നതും മുറിച്ച ശേഷം കുട്ടിയുടെ രക്തവും മാംസവും പുരോഹിതൻ ജനങ്ങൾക്ക് നല്കുന്നതായും.

ഇതെല്ലാം കണ്ട സരകിനോസ്സിന് വളരെ ദേഷ്യം വന്നു. പിറ്റേന്ന് പുരോഹിതൻ വന്നപ്പോൾ നടന്ന സംഭവങ്ങൾ അറിഞ്ഞു. സാരകിനോസ് താൻ കണ്ട സ്വപ്നത്തെക്കുറിച്ച് പുരോഹിതനോട് തിരക്കി. അപ്പോൾ പുരോഹിതൻ പറഞ്ഞു. നിങ്ങൾ കണ്ടത് വളരെ ദിവ്യമായ ഒരു സ്വപ്നമാണെന്നും, ഞാൻ വിശുദ്ധ ബലി അർപ്പിക്കുമ്പോൾ പോലും അത് അപ്പവും വീഞ്ഞും ആയി മാത്രമെ കണ്ടിട്ടുള്ളുവെന്നും തുടർന്ന് ക്രിസ്തുവിന്റെ അത്ഭുതങ്ങളെക്കുറിച്ചും കുരിശു മരണത്തേക്കുറിച്ചും വിവരിച്ചു. ഇതെല്ലാം കേട്ട സാരകിനോസ് സഞ്ചാരി കർത്താവിനെ മനസ്സാ സ്വീകരിക്കാൻ തയ്യാറെടുപ്പു നടത്തുകയായിരുന്നു.

പുരോഹിതൻ അദ്ദേഹത്തോട് ജറുശലേമിൽ പോയി സ്നാനം ഏല്ക്കാൻ പറഞ്ഞു. അദ്ദേഹം അങ്ങനെ തന്നെ ചെയ്തു. സ്നാനമേറ്റ താൻ സ്വന്ത നാട്ടിലേക്ക് ചെന്നാൽ തന്നെ വകവരുത്തും എന്നതിനാൽ അയാൾ അങ്ങോട്ടു മടങ്ങാതെ ആശ്രമ ജീവിതം നയിച്ചു. പിന്നീട് കുറെ വർഷങ്ങൾക്കു ശേഷം ആശ്രമത്തിലെ മഠാധിപതിയിൽ നിന്ന് അനുവാദം വാങ്ങി തന്നെ മാമോദീസ സ്വീകരിക്കാൻ ഉപദേശിച്ച സെന്റ് ജോർജ്ജ് പള്ളിയിലെ പുരോഹിതനെ കാണാൻ പോയി. അവിടെ ചെന്നപ്പോൾ പുരോഹിതൻ അയാളെ തിരിച്ചറിഞ്ഞില്ല. പിന്നീട് പുരോഹിതനെ എല്ലാം പറഞ്ഞു മനസ്സിലാക്കി. എന്നിട്ട് ക്രിസ്തുവിനെ കാണണമെന്ന ആഗ്രഹം പറഞ്ഞു. അപ്പോൾ പുരോഹിതൻ പറഞ്ഞു എന്റെ കുട്ടി

(ക്രിസ്തു) നിന്റെ അമ്മാവൻ അമീരാന്റെ നാട്ടിലേക്ക് പോയി. അവിടെ ചെന്ന് നിന്റെ വിശ്വാസം ഏറ്റുപറയുക എന്ന്. ഇതുകേട്ട സാരകിനോസ് വികാരാധീനനായി. ഉടനെതന്നെ അവൻ അമ്മാവന്റെ നാട്ടിലേക്ക് പുറപ്പെട്ടു.

സാരകിനോസ്സിന്റെ അമ്മാവൻ അമീരാൻ അവന്റെ അനന്തിരവന്റെ തിരോധാനത്തെക്കുറിച്ച് അവിടെയാകെ പരസ്യം ചെയ്തിരുന്നു.

സാരകിനോസ് അമീരാന്റെ നാട്ടിൽ എത്തിയപ്പോൾ പലരും അവന്റെ ചുറ്റും കൂടി എന്നിട്ട് ചോദിച്ചു അമീറന്റെ അനന്തിരവൻ എവിടെയാണെന്ന് നിങ്ങൾക്കറിയുമോ. കാണിച്ചു തന്നാൽ നിങ്ങൾക്ക് പാരിതോഷികങ്ങൾ തരാമെന്ന്.

സാരകിനോസ്സിനെ കണ്ടപ്പോൾ അവന്റെ അമ്മാവന് അതീവ സന്തോഷം തോന്നി. ആ സന്തോഷം പെട്ടെന്നു തന്നെ കെട്ടടങ്ങി. കാരണം സാരകിനോസ് ക്രിസ്തു മതം സ്വീകരിച്ചു എന്നറിഞ്ഞപ്പോൾ. ക്രിസ്തുവിനെക്കുറിച്ചുള്ള സുവിശേഷം സാരകിനോസ് തന്റെ അമ്മാനെ അറിയിച്ചപ്പോൾ അമ്മാവൻ അമീരാൻ പറഞ്ഞു "നിനക്ക് എന്തു സംഭവിച്ചു. നീ എല്ലാം ഉപേക്ഷിച്ച് അലഞ്ഞു നടക്കുന്നത് എനിക്ക് കാണാൻ കഴിയുന്നില്ല., അതിനാൽ നമ്മുടെ പ്രവാചകനായ മുഹമ്മദിനെ അംഗീകരിച്ച് മടങ്ങി വരിക" എന്ന്. പക്ഷെ സാരകിനോസ് മുഹമ്മദിനെ തള്ളിപ്പറഞ്ഞു. ഇതുകേട്ട അമീരാൻ അവനെ വധ ശിക്ഷയ്ക്കു പകരം നാടുകടത്താൻ ആജ്ഞാപിച്ചു. പക്ഷെ മറ്റുള്ളവർ അതിനെ നഖശികാന്തം എതിർത്തു. നമ്മുടെ മതത്തേയും പ്രവാചകനെയും അപമാനിച്ച നിങ്ങളുടെ അനന്തിരവനെ നിങ്ങൾ സ്വതന്ത്രനാക്കിയെങ്കിൽ ഞങ്ങളും ഇസ്ലാം മതം ഉപേക്ഷിച്ച് ക്രിസ്തിയാനികളാകാം"

ഗത്യന്തരമില്ലാതെ അമീരാൻ അവരുടെ ഇഷ്ടമ്പോലെ ചെയ്തുകൊള്ളാൻ ജനക്കൂട്ടത്തോടു പറഞ്ഞു. അവർ സാരകിനോസ്സിനെ പിടിച്ച് പട്ടണത്തിന് പുറത്താക്കി. അവൻ

പ്രാത്ഥിക്കുകയും ദൈവത്തിന് നന്ദി പറയുകയും ചെയ്തപ്പോൾ ജനങ്ങൾ അവനെ കല്ലെറിഞ്ഞു കൊന്നു.

സാരകിനോസിന്റെ ശരീരം കല്ലുകൾക്കിടയിൽ നിന്ന് എടുക്കാൻ അമീരാൻ ക്രിസ്തിയാനികൾക്ക് അനുവാദം കൊടുത്തു. അവന്റെ മൃതദേഹം ഏടുക്കുമ്പോൾ പല അത്ഭുതങ്ങളും ഉണ്ടായി എന്നു പറയുന്നു. പിന്നീട് സാരകിനോസ്സിന്റെ ഭൗതിക ശരീരം ഭക്തിനിർഭരമായി സംസ്കരിച്ചു.

സെന്റ് ജോർജ്ജ് - അത്ഭുത വൈദ്യൻ

ഈ അത്ഭുതം സമീപ കാലത്ത് ഉണ്ടായതാണ്. എഞ്ചിനീയർ മൊഹ്സെൻ എന്നയാളെ അദ്ദേഹത്തിന്റെ പിത്താശയത്തിലുള്ള ട്യൂമർ നീക്കുന്നതിനായി ആശുപത്രിയിൽ പ്രവേശിപ്പിച്ചു. ഓപ്പറേഷനു മുന്നോടിയായ പരിശോധനകളിൽ അദ്ദേഹത്തിന് മഞ്ഞപ്പിത്തവും പ്രമേഹവും ഉണ്ടെന്ന് കണ്ടെത്തി. ബയോപ്സി ചെയ്തപ്പോൾ അവന്റെ കരളിനും അർബുദം ഉണ്ടെന്ന് അറിഞ്ഞു.

അതുകൊണ്ട് അവനെ മറ്റൊരു ആശുപത്രിയിലേക്ക് അയച്ച് വിദഗ്ദമായ പരിശോധന നടത്തി അത് സ്ഥിതീകരിച്ചു. അദ്ദേഹത്തിന്റെ ഇടതു ഭാഗം ട്യൂമറുകൊണ്ട് വീക്കം വെയ്ക്കാൻ തുടങ്ങിയപ്പോൾ അത് കുടുംബത്തിലുള്ളവർ കാണതിരിക്കാൻ തുണികൊണ്ടു മറച്ചു.

അയാൾ ആശുപത്രിയിൽ കഴിയുമ്പോൾ രക്തം ഛർദ്ദിച്ചു. അദ്ദേഹത്തെ പരിചരിക്കുന്ന ഡോക്ടർമാർ പറഞ്ഞു ഏഴു മാസത്തിൽ കൂടുതൽ ജീവിക്കില്ലെന്ന്. ഓപ്പറേഷൻ നടത്തിയാലും വിജയ സാധ്യത വളരെ കുറവാണെന്ന് അവർ അറിയിച്ചു. മൊഹ്സെൻ ബാക്കിയുള്ള ദിവസ്സങ്ങൾ എണ്ണിത്തുടങ്ങി.

ഒരു ദിവസം ബൾഗേറിയയിൽ നിന്നുള്ള ഒരു വിദഗ്ദ ഡോക്ടർ വരുന്നതിനാൽ അദ്ദേഹത്തോട് ആശുപത്രിയിൽ എത്താൻ പറഞ്ഞു. അതും നിരാശാജനകകമായിരുന്നു. കാരണം ക്യാൻസർ വളരെ

മൂർച്ഛിച്ചിരുന്നു. എന്നാൽ വിദഗ്ദന്റെ നിർദ്ദേശ പ്രകാരം ഓപ്പറേഷനായി ഇംഗ്ലണ്ടിലേക്ക് പോകാൻ തീരുമാനിച്ചു.

ഇതിനിടെ അദ്ദേഹം സൈനിക സേവനം നടത്തിയിരുന്നതിനാൽ ഇംഗ്ലണ്ടിലേക്ക് യാത്ര ചെയ്യുന്നതിനായി സൈന്യത്തിൽ നിന്നും ക്ലിയറൻസ് സർട്ടിഫിക്കറ്റ് വാങ്ങണമായിരുന്നു. പക്ഷെ കൂടുതൽ കാലം സൈന്യത്തിൽ തുടർന്നാലെ അതു ലഭിക്കുകയുള്ളു. അപ്പോൾ തനിക്ക് ഇംഗ്ലണ്ടിൽ പോയി ചികിത്സ നടത്തുകയെന്നത് അസാദ്ധ്യമായി തോന്നി. തനിക്കു മരിക്കാനാണ് വിധിയെന്ന് അദ്ദേഹം ഉറപ്പിച്ചു.

ഇതിനിടെ മൊഹ്സെൻ ഒരു സെന്റ് ജോർജ്ജ് പള്ളി സന്ദർശിച്ചു. അവിടത്തെ പുരോഹിതനോട് തനിക്കുവേണ്ടി പ്രാർത്ഥിക്കണമെന്ന് മൊഹ്സെൻ ആവശ്യപ്പെട്ടു. അയാൾക്കുവേണ്ടി പ്രാർത്ഥിക്കാമെന്ന് പുരോഹിതൻ അയാൾക്ക് വാക്കു കൊടുത്തു.

എൽ-മാഡി ഹോസ്പിറ്റലിലെ ചില ഡോക്ടർമാർ ഡിസംബർ മുതൽ ഏപ്രിൽ വരെ അവിടെ കൺസെർട്ട് നടത്തുന്നുണ്ടെന്ന് മൊഹ്സെൻ അറിഞ്ഞ് ചോദിക്കാൻ പോയി.

ഹോസ്പിറ്റലിലേക്കുള്ള വഴിയിൽ അസാധാരണമായ നിറമുള്ള യൂണിഫോം ധരിച്ച ഒരു ഉദ്യോഗസ്ഥനെ കണ്ടു. അദ്ദേഹം അവനെ കൂട്ടിക്കൊണ്ടുപോയി. കട്ടിലിൽ കിടത്തി പരിശോധിക്കാൻ തുടങ്ങിയപ്പോൾ മൊഹ്സെൻ പറഞ്ഞു. "വേണ്ട...നിങ്ങൾ പരിശോധിക്കേണ്ട...ഞാൻ കാണായി വന്ന ജർമ്മൻ ഡോക്ടർ ഇനിടെയുണ്ടെങ്കിൽ അവർ പരിശോധിക്കും" എന്ന്.

"ഇല്ല ഞാൻ നിങ്ങളെ പരിശോധിക്കും" എന്ന് യൂണിഫോം ധരിച്ച ഉദ്യോഗസ്ഥൻ പറഞ്ഞു. മൊഹ്സെനോട് തന്റെ അസുഖം ബാധിച്ച ഭാഗം തുറന്ന് കാണിക്കാൻ പറഞ്ഞു.

അയാൾ ചോദിച്ചു "ഞാൻ നിങ്ങളെ മൊഹ്സെൻ എന്നോ അതോ ലെഫ്റ്റനന്റ് എന്നോ എന്തു വിളിക്കണം".

ഇതു തമാശ പറയാനുള്ള സമയമല്ല. നിങ്ങൾക്ക് ഇഷ്ടമുള്ളത് വിളിച്ചുകൊള്ളാൻ മൊഹ്സെൻ പറഞ്ഞു. നീയാണെങ്കിൽ എന്നെ പരിശോധിക്കേണ്ട എന്ന് മൊഹ്സെൻ പറഞ്ഞു.

ഉദ്യോഗസ്ഥൻ പറഞ്ഞു. "പലരും വഴിയില് വെച്ച് നിങ്ങളെക്കുറിച്ചു ചോദിച്ചു. നിങ്ങളെ പ്രത്യേകം പരിപാലിക്കണമെന്നും പറഞ്ഞു" .

"നിങ്ങൾ ആരാണ് ?" മൊഹ്സെൻ ചോദിച്ചു.

"ഒരു പ്രധാനപ്പെട്ട ആള്"

"എന്നു വെച്ചാൽ?"

"പറഞ്ഞില്ലേ...? ഇനി കിടക്കൂ. നിങ്ങളെ സുഖപ്പെടുത്തണം, വിഷമങ്ങൾ നീക്കണം, ആശ്വാസം നല്കണം" അതു മാത്രമാണ് എന്റെ ലക്ഷ്യം.

എന്നിട്ട് മൊഹ്സെന്റെ അസുഖ സ്ഥലത്ത് കൈവെച്ച് കുരിശിന്റെ അടയാളം വരച്ചു. കണ്ണുകൾ ഉയർത്തി പ്രാർത്ഥിച്ചുകൊണ്ട് പറഞ്ഞു നിന്റെ അസുഖ ഭാഗം നീക്കം ചെയ്യുന്നു.

മൊഹ്സെൻ വേദനകൊണ്ട് പുളഞ്ഞു.

കുറച്ചു കഴിഞ്ഞപ്പോൾ വേദന ശമിച്ചതുപോലെ മൊഹ്സെന് തോന്നി.

മൊഹ്സെന്റെ അടുത്ത് പുഞ്ചിരിച്ചുകൊണ്ട് അയാൾ പറഞ്ഞു "ദൈവത്തിന്റെ മഹത്വം നീ കണ്ടില്ലേ" എന്ന്.

ഇനി നീ എന്റെ അടുക്കൽ വരുമ്പോൾ ഞാൻ എല്ലാം നോക്കം.

അപ്പോൾ മൊഹ്സെൻ ചോദിച്ചു ഇനി നിങ്ങളെ എവിടെ കാണും?. എവിടെ വരണം?. എനിക്കറിയില്ല.

നിങ്ങൾ എന്നെ ഇതിനു മുമ്പ് കണ്ട സ്ഥലത്ത് വന്നാൽ മതി. അവിടെ കാണാം.

പക്ഷെ ഞാൻ നിങ്ങളെ ഇതിനു മുമ്പ് കണ്ടിട്ടില്ലല്ലോ!

"അലക്സാൻഡ്രിയായിൽ....നിങ്ങൾക്ക് സമാധാനം ഉണ്ടാകട്ടെ" എന്നു പറഞ്ഞ് ഓഫീസർ പോയി.

മൊഹ്സെൻ അവന്റെ മുറിവുകൾ നോക്കി. അത് ഭേദമായിരിക്കുന്നതായി കണ്ടു. അവൻ കിടക്കയിൽ നിന്നും ചാടി എഴുന്നേറ്റു. കിടക്കയിൽ തന്റെ റിപ്പോർട്ട് കണ്ടു. അതിൽ ജോർജ്ജ് എന്ന് ചുവന്ന മഷികൊണ്ട് ഒപ്പിട്ടിരിക്കുന്നു.

അദ്ദേഹം പാതി വസ്ത്രങ്ങളുമായി മുറിക്ക് പുറത്തേക്ക് ഓടി. തന്നെ ചികിത്സിച്ചത് വിശുദ്ധനാണെന്ന് അയാൾ തിരിച്ചറിഞ്ഞു. പുറത്ത് അന്വേഷിച്ചു. പക്ഷെ കാണാൻ കഴിഞ്ഞില്ല.

മൊഹ്സെൻ വീട്ടിലേക്ക് തിരിച്ചുപോയി. അന്നുരാത്രി അയാൾക്ക് ഉറങ്ങാൻ കഴിഞ്ഞില്ല. ക്ഷീണവും പനിയും വേദനയും അയാൾക്ക് നല്ലതുപോലെ ഉണ്ടായി.

പിറ്റേന്ന് രാവിലെ മൊഹ്സെൻ അലക്സാൻഡ്രിയായിലെ സെന്റ് ജോർജ്ജ് പള്ളിയിൽ പോയി. തനിക്കുവേണ്ടി പ്രാർത്ഥിക്കണമെന്ന് അപേക്ഷിച്ച പുരോഹിതനെ കണ്ട് തനിക്കുണ്ടായ കാര്യങ്ങൾ എല്ലാം പറഞ്ഞു. അപ്പോൾ പുരോഹിതൻ മറ്റുള്ളവരെ എല്ലാ വരുത്തി വിശുദ്ധന്റെ മുന്നിൽ മെഴുകു തിരികൾ കത്തിച്ച് പ്രാർത്ഥിക്കുമ്പോൾ മൊഹ്സെൻ കണ്ട അതേ ഓഫീസറുടെ രൂപം അവിടെ മെഹ്സെൻ പ്രത്യക്ഷപ്പെട്ടു.

"അത് പൂർത്തിയായി" എന്നൊരു ശബ്ദവും അവന്റെ പുറകിൽ നിന്നു കേട്ടു. പക്ഷെ അവൻ തിരിഞ്ഞു നോക്കിയപ്പോൾ ആരെയും കണ്ടില്ല. അവന്റെ ഉള്ളിൽ സെന്റ് ജോർജ്ജിന്റെ രൂപം നിറഞ്ഞു നിന്നു.

പിന്നീട് മൊഹ്സെൻ തന്റെ നാട്ടിലേക്കു മടങ്ങി. തന്നെ ചികിത്സിച്ചിരുന്ന ഡോക്ടർമാരെ കണ്ട് കാര്യങ്ങൾ അറിയിച്ചു.

മൊഹ്സന്റെ വയറ് കണ്ട ഡോക്ടർമാർ തികച്ചും അത്ഭുതം കൂറുന്ന മിഴികളോടെ മെഹ്സനെ തുറിച്ചു നോക്കി നിന്നു.

മനുഷ്യരാൽ അസാധ്യമായത് ദൈവത്താൽ സാധ്യമാവും എന്ന് അവർ തിരിച്ചറിഞ്ഞു.

വിശുദ്ധ ജോർജ്ജ് ദൈവത്തിന്റെ മധ്യസ്ഥനായി തന്നെ സുഖപ്പെടുത്തി എന്ന് വിശ്വസിച്ച് ദൈവത്തിന് സ്തുതികൾ അർപ്പിച്ച് മൊഹ്സൻ വീട്ടിലേക്ക് മടങ്ങി.

സെന്റ് ജോർജ്ജ് – പ്രകൃതിയുടെ സംരക്ഷകൻ

വാങ്ക് എന്ന ഒരു ചെറിയ ഗ്രാമം (തുർക്കിയിലെ അക്ൻ മേഖലയിൽ) സെന്റ് ജോർജ്ജ് ആരാധനയുടെ കേന്ദ്രമായിരുന്നു. ഓർത്തഡോക്സ് അർമേനിയക്കാർ സെന്റ് ജോർജ്ജിനെ അവരുടെ രക്ഷാധികാരിയായി കണക്കാക്കി. യൂഫ്രട്ടീസ് നദീതീരത്തുള്ള വനത്തിലാണ് സെന്റ് ജോർജ്ജിന്റെ പള്ളി. ആ നദിയെ സെന്റ് ജോർജ്ജ് റിസർവൊയർ ആയി അറിയപ്പെട്ടു. അവിടെ കയ്യേറുന്നവർക്ക് കർശനമായ ശിക്ഷ ലഭിച്ചിരുന്നു.

ഒരിക്കൽ ഒരു തുർക്കി അതെല്ലാം അവഗണിച്ച് അവിടെ വിറക് ശേഖരിക്കാൻ പോയി. വിറകെല്ലാം വെട്ടി തോളിൽ കയറ്റി അയാൾ കൃതാർത്ഥനായി വീട്ടിലേക്കു മടങ്ങി. അപ്പോൾ കടും ചുവപ്പു വസ്ത്രം ധരിച്ച് കുതിരപ്പുറത്ത് ഒരു സവാരിക്കരനെ അയാൾ കണ്ടത്. കുതിരക്കാരൻ വാൾ ഊരി അയാളെ ഭീക്ഷണിപ്പെടുത്തി. "ഇനി ഇപ്രകാരം പച്ച മരങ്ങൾ നീ വെട്ടിയാൽ അടുത്ത തവണ നിന്നെ ഞാൻ ഈ വാൾ കൊണ്ട് കൊന്നു കളയും. പക്ഷെ ഉണങ്ങിയത് വേണമെങ്കിൽ നിനക്ക് എടുക്കാം "

അയാൾ ഭയന്ന് വിറച്ച് ഗ്രാമത്തിലേക്ക് ഓടി. അവിടത്തെ ജനങ്ങളോട് നടന്ന സംഭവത്തെക്കുറിച്ച് പറഞ്ഞു. അതുകൊണ്ട് ഇനി തോട്ടത്തിൽ ആരും പോകരുതെന്ന് മുന്നറിയിപ്പും നല്കി. പക്ഷെ അവരാരും അവന്റെ വാക്കുകൾക്ക് ചെവി കൊടുത്തില്ല.

കുറച്ചു നാൾ കഴിഞ്ഞ് ഒരു സ്ത്രീ തോട്ടത്തിൽ പോയി പകുതി ഉണങ്ങിയ ഒരു തടി വെട്ടി. അതെടുക്കാനായി അവൾ തുനിഞ്ഞപ്പോൾ അവൾ മരവിച്ചതുപോലെയായി. ഏതോ അദൃശ്യമായ ശക്തി അവളെ വരിഞ്ഞു നിർത്തിയിരിക്കുന്നതുപോലെ തോന്നി. മുന്നിൽക്കൂടി കുതിരപ്പുറത്ത് ഒരു യുവാവ് കടന്നു പോയതായും അവർക്കു തോന്നി. അവൾ ദിവസ്സം മുഴുവൻ അവിടെ നിന്ന് നിസ്സഹായയായി കരയുകയും പ്രാർത്ഥിക്കുകയും ചെയ്തു. നേരം ഏറെ വൈകിയിട്ടും തന്റെ അമ്മയെ കാണഞ്ഞതിനാൽ അവരുടെ ഇളയ മകൻ അന്വേഷിച്ച് കാട്ടിലേക്ക് ചെന്നു. അപ്പോൾ അവൻ തന്റെ അമ്മയെ ദയനീയാവസ്ഥയിൽ കണ്ടു. തനിക്കു നേരിട്ട അനുഭവം ആ സ്ത്രീ തന്റെ മകനോടു പറഞ്ഞു കരഞ്ഞു. ഇനി ഒരിക്കലും ഇവിടെ വരില്ലെന്നും തന്റെ തെറ്റ് മാപ്പാക്കണമെന്നും പറഞ്ഞപ്പോൾ അവരുടെ അദൃശ്യമായ ബന്ധനങ്ങൾ അഴിഞ്ഞുപോയി.

അത്തോസ് (ആഥോസ്) പർവ്വതവും - കള്ളന്മാരും

പൗരസ്ത്യ ക്രിസ്തീയതയിലെ സന്യാസത്തിന്റേയും ആത്മീയ പാരമ്പര്യത്തിന്റേയും മുഖ്യ സ്രോതസ്സുകളിലെന്നും പരിരക്ഷണ സ്ഥാനവുമായി ഈ പ്രദേശം മാനിക്കപ്പെടുന്നു. പൗരസ്ത്യ പാരമ്പര്യത്തിലുള്ള പുരുഷ സന്യസ്ഥർ മാത്രം ജീവിക്കുന്ന ഒരു പ്രദേശമാണിത്.

അത്തോസ് പർവ്വതത്തെ ഏറ്റവും വിശുദ്ധ പൂന്തോട്ടമായി കണക്കാക്കുന്നു. ചില സഭാ വിശ്വാസികൾ ഇവിടം **'വിശുദ്ധമല'** എന്നും വിളിക്കുന്നു. അതുപോലെതന്നെ സെന്റ് ജോർജിനെ ഈ പൂന്തോട്ടത്തിന്റെ കാവൽക്കാരൻ എന്ന് അറിയപ്പെടുന്നു. ഇവിടെ സ്ത്രീകൾക്ക് പ്രവേശനമില്ല.

ക്രിസ്തുമതത്തിലെ ഓർത്തഡോക്സ് വിഭാഗത്തിൽപ്പെട്ട സന്ന്യാ സിമാരുടെ നിരവധി ആശ്രമങ്ങളും അവയെ ആശ്രയിച്ചുകഴിയുന്ന ഉദ്യോഗസ്ഥന്മാരും തൊഴിലാളികളും ഉൾപ്പെട്ട ഒരു സംഘം

ജനങ്ങളും ഇവിടെ വസിച്ചുവരുന്നു. ഇവിടത്തെ ആശ്രമങ്ങളുടെ മേൽനോട്ടം വഹിക്കുന്നത് കോൺസ്റ്റാന്റിനോപ്പിലിലെ എക്യൂമെനിക്കൽ പാത്രിയർക്കീസ് ആണ്.

കൂടാതെ വിശുദ്ധ സെന്റ് ജോർജ്ജിന്റെ പേരിലുള്ള നിരവധി ചാപ്പലുകളും ചെറിയ സന്യാസ സെല്ലുകളും അത്തോസ് പർവ്വതത്തിൽ ഉടനീളം ചിതറി കിടക്കുന്നു. ഇതിൽ ചില സെല്ലുകളിൽ സമ്പത്ത് സൂക്ഷിച്ചിരിപ്പുണ്ടെന്ന് അവിടെ പ്രചരിച്ചിരുന്നു.

ഒരു രാത്രി അതിലൊരു ആശ്രമത്തിന്റെ കതകിൽ ആരോ മുട്ടി. അപ്പോൾ അകത്തു നിന്ന് ആരാണെന്നും എന്താണ് വേണ്ടതെന്നും ചോദിച്ചു. താൻ ഒരു തീർത്ഥാടകനാണെന്നും താമസിക്കാൻ ഇടം വേണമെന്നും അയാൾ പറഞ്ഞപ്പോൾ ഒരു ചെറുപ്പക്കാരൻ വാതിൽ തുറന്നു. അവർ മൂന്നുപേർ ഉണ്ടായിരുന്നു. ചെറുപ്പക്കാരൻ അവരെ അതിഥി മുറിയിലേക്ക് കൊണ്ടുപോയി കാത്തിരിക്കാൻ ആവശ്യപ്പെട്ടു.

അതിഥികൾ വിശ്രമ മുറിയിൽ കാത്തിരുന്നു. അവിടമാകെ നിർജ്ജീവമായ നിശബ്ദത തളം കെട്ടിനിന്നു. കുറച്ചേറെ നേരത്തെ കാതിരിപ്പിനു ശേഷം അവർ ഇരിപ്പിടങ്ങളിൽ നിന്ന് എഴുന്നേല്ക്കാൻ ശ്രമിച്ചു. പക്ഷേ ഫലമുണ്ടായില്ല. ഏതോ അദൃശ്യമായ ബന്ധനങ്ങളാൽ ആരോ അവരെ കൈകാലുകൾ ബന്ധിച്ചതുപോലെ അവർക്കു തോന്നി. അവർ പരിഭ്രാന്തരായി നിലവിളിക്കാൻ തുടങ്ങി. സന്യാസിമാർ അപരിചിതരെ അത്ഭുതം കൂറുന്ന മിഴികളോടെ നോക്കിനിന്നു. "നിങ്ങൾ ആരാണ്? നിങ്ങൾക്കെന്താണ് വേണ്ടത്? നിങ്ങൾ എങ്ങനെ അകത്തു കയറി?" സന്യാസിമാർ പരിഭ്രാന്തരായി അവരോട് ചോദിച്ചു.

"നിങ്ങളുടെ യുവ സന്യാസിയാണ് ഞങ്ങളെ അകത്തു കടക്കാൻ അനുവദിച്ചത്!"

"ഞങ്ങളുടെ കൂടെ ഒരു യുവ സന്യാസിയും ഇല്ലല്ലോ! "

അപ്പോൾ സന്യാസിമാർക്ക് മനസ്സിലായി അവിടെ എന്തോ അത്ഭുതം നടന്നിരിക്കുന്നു എന്ന്. അവർ പള്ളിയിലേക്ക് ഓടി അവിടെ നിന്ന് സെന്റ് ജോർജ്ജിന്റെ രൂപം എടുത്തുകൊണ്ടു വന്നു. ആ രൂപത്തിൽ കണ്ട യുവാവാണ് തങ്ങളെ അകത്തു കടത്തിയതെന്ന് അവർ തിരിച്ചറിഞ്ഞു.

അപ്പോൾ "തീർഥാടകർ" സത്യം വെളിപ്പെടുത്താൻ നിർബന്ധിതരായി. അവരിൽ ഒരാൾ കുപ്രസിദ്ധ മോഷ്ടാവ് ആണെന്ന് തെളിഞ്ഞു. അവർ പല സ്ഥലങ്ങളിലും കൊള്ളയടിക്കും. തീർഥാടകരെന്ന വ്യാജേന ഇവർ സെല്ലിൽ കയറി മുതിർന്നവരെ കൊന്ന് കവർച്ച നടത്താനാണ് ഉദ്ദേശിച്ചിരുന്നത്.

അവർ സെന്റ് ജോർജ്ജിന്റെ രൂപം ചുംബിക്കാൻ ശ്രമിച്ചപ്പോൾ, അവർ അദൃശ്യമായ ബന്ധങ്ങളിൽ നിന്ന് മോചിതരായി.

ഈ അത്ഭുതം അവിടമാകെ പരന്ന് വിശുദ്ധന്റെ വിശ്വാസം വർദ്ധിച്ചു. അവർ അവരുടെ തൊഴിലായ കൊള്ളയും മോഷണവും ഉപേക്ഷിച്ച് സന്മാർഗ്ഗത്തിലേക്കു തിരിഞ്ഞുവന്നു.

അവർ സെന്റ് ജോർജ്ജിനു വേണ്ടി ഒരു ചെറിയ പള്ളി പണിയുകയും സന്ന്യാസ ജീവിതത്തിൽ അവിടെ ശിഷ്ട കാലം കഴിച്ചുകൂട്ടി.

കുരിശുയുദ്ധങ്ങളുടേയും ഇസ്ലാമിക മുന്നേറ്റത്തിന്റേയും ഒക്കെ സാഹചര്യങ്ങളില്ക്കൂടി കടന്നുപോയ പൗരസ്ത്യ ക്രിസ്തീയത, അത്തോസ് പർവ്വതത്തിന്റെ ഭൂമിശാസ്ത്രപരമായ ഒറ്റപ്പെടൽ അവിടത്തെ സന്യാസസമൂഹങ്ങൾക്ക് അനുഗ്രമായിത്തീർന്നു. കോൺസ്റ്റാന്റിനോപ്പിൾ ആദ്യം വെനീസുകാരായ ലത്തീൻ ക്രിസ്ത്യാനികളുടേയും തുടർന്ന് ഓട്ടമൻ മുസ്ലിങ്ങളുടേയും നിയന്ത്രണത്തിലായപ്പോഴും അത്തോസ് സന്യാസ സമൂഹങ്ങൾക്ക് താരതമേന്യയുള്ള സ്വാതന്ത്ര്യം നിലനിർത്താനായി. **'വിശുദ്ധമല'** അങ്ങനെ ഓർത്തഡോക്സ് വിശ്വാസത്തിന്റെ ഏറ്റവും പ്രധാന മുതൽക്കൂട്ടുകളിൽ ഒന്നായി നിലനിന്നു.

ഖലീലിന്റെ ദർശനം

സിറിയൻ ഗ്രാമമായ ബെത്ഷഖൂരിലെ ഗുഹാപള്ളിയുടെ ചർച്ച് വാർഡനായിരുന്ന ഖലീൽ അബുഫർഹ എന്ന ഓർത്തഡോക്സ് അറബി. വിളക്കുകൾ കത്തിക്കാനും അവിടമെല്ലാം വൃത്തിയാക്കാനും ഒരുക്കാനും അയാൾ പള്ളിയിൽ പോയി.

പള്ളിയെ സമീപിച്ചപ്പോൾ അവിടെ അപരിചിതമായ ശബ്ദം കേട്ടു. അത് അവനെ അത്ഭുതപ്പെടുത്തി. പള്ളിയിൽ ഒരു ആരാധന ഇതിനകം നടന്നുകൊണ്ടിരിക്കുകയായിരുന്നു. അകത്തേക്ക് കയറിയപ്പോൾ, മാലാഖമാരും പരമപരിശുദ്ധ മാതാവും ആഘോഷിക്കുന്ന ദിവ്യ ആരാധനയുടെ ദൃക്സാക്ഷിയായി മാറിയപ്പോൾ ഖലീൽ അത്ഭുതം കൊണ്ട് മരവിച്ചു. തന്റെ മുന്നിൽ നടക്കുന്നത് സ്വപ്നമോ അതോ അത്ഭുതമൊയെന്ന് അയാൾക്കു മനസ്സിലായില്ല. പെട്ടെന്ന് പുറത്ത് ഒരു കുതിരയുടെ കുളമ്പടി ശബ്ദം കേട്ടു, ഒരു യുവ യോദ്ധാവ് ഗുഹാ പള്ളിയിലേക്ക് പ്രവേശിച്ചു. പിന്നെ അവൻ തിടുക്കത്തിൽ മാതാവിന്റെ അടുത്തേക്ക് പോയി.

"നീ എവിടെയായിരുന്നു? നീയെന്താ വൈകിയത് ജോർജ്?" അവൾ അവനോട് ഉറക്കെ ചോദിച്ചു.

"ദൈവത്തിന്റെ ഏറ്റവും പരിശുദ്ധയായ മാതാവേ, പരമാധികാരിയായ മാതാവേ, ഒരു ബോട്ട് തുറന്ന കടലിൽ മുങ്ങുകയായിരുന്നു, എന്റെ പേര് വിളിക്കാൻ തുടങ്ങിയപ്പോൾ ആളുകളെ രക്ഷിക്കാൻ ഞാൻ അങ്ങോട്ട് ഓടി."

ഇതു പറഞ്ഞുകൊണ്ട് ജോർജ്ജ് ഖലീലിന്റെ മുഖത്തും വസ്ത്രങ്ങളിലും വെള്ളം തെറിപ്പിച്ചുകൊണ്ട് നനഞ്ഞ കുപ്പായം അഴിച്ചുമാറ്റി. ആരാധനക്കൊടുവിൽ, പരിശുദ്ധ മാതാവിന്റെ കൈകളിൽ നിന്ന് ഖലീൽ കുർബ്ബാന സ്വീകരിച്ചു. ഇതിനുശേഷം, ദൈവമാതാവും സെന്റ് ജോർജും മാലാഖമാരും അപ്രത്യക്ഷരായി. കുറച്ച് കഴിഞ്ഞ് ഗ്രാമത്തിലെ പുരോഹിതനും ഇടവകക്കാരും പള്ളിയിൽ പ്രവേശിച്ചപ്പോൾ, സെന്റ് ജോർജിന്റെ മേലങ്കിയിൽ

നിന്നുള്ള വള്ളം തെറിച്ച് നനഞ്ഞ ഖലീലിനെ അവർ കണ്ടെത്തി, വിശുദ്ധ മാതാവിൽ നിന്ന് ലഭിച്ച കുർബ്ബാന വളരെ ആദരവോടെ ഖലീൽ കൈയിൽ പിടിച്ചിരിന്നു. ഇതുകണ്ട് പുരോഹിതനും ഇടവകക്കാരും അത്ഭുതം കൂറുന്ന മിഴികളോടെ ഖലീലിനെ തുറിച്ചു നോക്കി നിന്നു.

വധശിക്ഷയിൽ നിന്ന് മോചനം

ചരലാംബോസ് (ഗാലനോ പൗലോസ്) ഒരു പോണ്ടിക് ഗ്രീക്ക് വംശജനായ അദ്ദേഹം 1910-ൽ റഷ്യയിൽ ജനിച്ചു. ചരലാംബോസ്സിന്പത്ത് വയസ്സുള്ളപ്പോൾ കുടുംബം ഗ്രീസിലേക്ക് താമസം മാറ്റി, അവിടെ അവർ അർക്കാഡിക്കോ ഗ്രാമത്തിൽ സ്ഥിരതാമസമാക്കി. ചരലാംബോസ് പഠനത്തിൽ മികച്ചവനായിരുന്നു. പക്ഷെ ദാരിദ്ര്യം ഒരു ചോദ്യ ചിഹ്നംപോലെ ജീവിതത്തിനു മുകളിൽ നിന്നപ്പോൾ കുടുംബം പുലർത്തുന്നതിനായി ചരലാംബോസ് പഠനം ഉപേക്ഷിച്ചു.

ചരലാംബോസിനെയും അദ്ദേഹത്തിന്റെ ഗ്രാമീണരെയും 1941-ൽ, ജർമ്മൻ ഹെല്ലസ് അധിനിവേശ സമയത്ത്, ബൾഗേറിയൻ കമ്മീഷണർമാർ അറസ്റ്റുചെയ്ത് അവരെ തടങ്കൽപ്പാളയത്തിൽ അയച്ചു.

തടവുകാർക്ക് വധശിക്ഷ വിധിച്ചുകൊണ്ട് ഒരാഴ്ച കഴിഞ്ഞപ്പോൾ ഒരിക്കലും പ്രതീക്ഷിക്കാത്ത വിധി വന്നു. ചരലാംബോസ് മുട്ടുകുത്തി കണ്ണീരോടെ സെന്റ് ജോർജ്ജിന്റെ മധ്യസ്ഥതയിൽ ദൈവത്തോട് പ്രാർത്ഥിച്ചു.

"വിശുദ്ധ മഹാരക്തസാക്ഷിയായ ജോർജ്ജെ, ക്രിസ്തുവിന്റെ ധീര യോദ്ധാവായ രക്ഷകാ ഞങ്ങളെ രക്ഷിക്കൂ! തന്റെ ജീവിതം മുഴുവൻ ദൈവത്തിനായി സമർപ്പിക്കുമെന്ന് ഞാൻ വാഗ്ദാനം ചെയ്യുന്നു! എന്ന് ചരലാംബോസ് ദൈവത്തോട് മനമുരുകി പ്രാർത്ഥിച്ചു.

അപ്പോൾ അവർക്ക് മുകളിൽ ഒരു കുതിരയുടെ കുളമ്പടി ശബ്ദം കേട്ടു . ചരലാംബോസ് തന്റെ കണ്ണുകൾ ഉയർത്തി നോക്കി. ഒരു കുതിര അവരുടെ മേൽ വായുവിൽ കുതിക്കുന്ന കാഴ്ചയാണ് കണ്ടത്! പക്ഷെ അതിന്റെ പുറത്ത് ആരാണ് ഇരിക്കുന്നതെന്നു മാത്രം കാണാൻ കഴിഞ്ഞില്ല.

പക്ഷെ ചരലാംബോസ്സിന് ഒരു കാര്യം വ്യക്തമായിരുന്നു അത് സെന്റ് ജോർജ്ജ് തന്നെ ആയിരിക്കും എന്നത്. അതുകൊണ്ട് അയാൾ പൂർണ്ണമായും വിശ്വസിച്ചു സെന്റ് ജോർജ്ജ് തന്റെ പ്രാർത്ഥന കേട്ടുവെന്ന്.

ഭയവിഹ്വലരായി അവർ മരണത്തിനായുള്ള നാഴികകൾ എണ്ണിത്തുടങ്ങി. അടുത്ത ദിവസം അതിരാവിലെ ആരാച്ചാർ ശിക്ഷ നടപ്പാക്കുന്നതിനു തയ്യാറായി കൽത്തുറുങ്കിൽ പ്രവേശിച്ചു. അപ്പോൾ ഒരു അരോഗദൃഢഗാത്രനായ ചെറുപ്പക്കാരൻ അകത്ത് കടന്ന് ആക്രോശിച്ചുകൊണ്ട് പറഞ്ഞു.

"എല്ലാം നിർത്തി വെയ്ക്കു ആരാച്ചാരെ....അവരെ സ്വതന്ത്രരാക്കി അവരുടെ വീടുകളിലേക്ക് മടക്കി അയക്കു...അല്ലെങ്കിൽ നിങ്ങൾ എന്റെ തോക്കിന് ഇരയായി കൊല്ലപ്പെടും"

ധൈര്യം സംഭരിച്ചുനിന്ന ആരാച്ചാരുടെ സമനിലതന്നെ തെറ്റിപ്പോയി. ഭയചകിതനായ ആരാച്ചാർ ഉടൻ അവിടെ നിന്ന് പുറത്തിറങ്ങി. അപ്പോൾ ആ യുവാവും അവിടെ നിന്ന് അപ്രത്യക്ഷനായി. ആ യുവാവ് മറ്റാരുമല്ല തങ്ങളെ രക്ഷിക്കാനായി വന്ന രക്തസാക്ഷി ജോർജ്ജ് ആണെന്ന് വിശ്വസിച്ചു.

അത്ഭുതമെന്നു പറയട്ടെ കുറച്ചു സമയത്തിനു ശേഷം ബൾഗേറിയൻ സിംഹാസനത്തിന്റെ ഭാവി അവകാശിയുടെ ജനനവുമായ വാർത്ത വന്നു. അതേത്തുടർന്ന് തടവുകാർക്ക് പൊതുമാപ്പ് കൊടുത്ത് വിട്ടയച്ചു.

ഈ അത്ഭുതത്തിന് കുറെ വർഷങ്ങൾക്കു ശേഷം ചരലംബോസ് (ഗലനോപൗലോസ്) ലൗകീക ലോകത്തെ ഉപേക്ഷിച്ച് ദൈവത്തോടും സെന്റ് ജോർജിനോടും താൻ നേർന്ന നേർച്ചയായ സന്യാസ ജീവിതം നയിക്കുന്നതിനായി അത്തോസ് പർവതത്തിലേക്കു പോയി.

പറഞ്ഞാലും എഴുതിയാലും തീരാത്തത്ര അനുഭവങ്ങളും അത്ഭുതങ്ങളും വിശുദ്ധ ഗീവറുഗീസ് സഹദായെക്കുറിച്ചുണ്ട്. ഇന്നും വിശ്വാസികൾക്ക് തികഞ്ഞ മധ്യസ്ഥനായി കർത്താവിന്റെ നാമം കാത്തുകൊണ്ട് ആ വീര ഭടൻ അത്ഭുതങ്ങൾ പ്രവർത്തിച്ചുകൊണ്ടേയിരിക്കുന്നു.

എണ്ണിയാൽ തീരാത്ത അത്ഭുതങ്ങളുടെ ഒരു നിലവറതന്നെ വിശുനെ ആധാരമാക്കിയുണ്ട്. അതിൽ ചിലതു മാത്രമാണ് ഇവിടെ കൊടുത്തിരിക്കുന്നത്.

⟶≫≪⟵

11
കുരിശു യുദ്ധങ്ങളിലേക്ക് ഒരു എത്തിനോട്ടം

കുരിശുയുദ്ധം എന്താണ്?

അതിന്റെ കാരണങ്ങൾ എന്തൊക്കെ ?

മുസ്ലീമുകൾ തങ്ങളുടെ രാജ്യം വിപുലമാക്കാൻ പല ക്രിസ്ത്യൻ പ്രദേശങ്ങളും കയ്യടക്കി വെച്ചിരുന്നു. ഇത്തരം ദുർമ്മാർഗ്ഗങ്ങളും അധർമ്മ പരവുമായ അവരുടെ വികാസം തടയേണ്ടത് അനിവാര്യമെന്ന് പടിഞ്ഞാറൻ ക്രിസ്തിയാനികൾ തീരുമാനിക്കുകയും തല്ഫലമായി കുരിശു യുദ്ധങ്ങൾ സംജാതമായി. തങ്ങളുടെ പിടിച്ചെടുത്ത പ്രദേശങ്ങൾ തിരിച്ചു പിടിക്കുക എന്നതായിരുന്നു പ്രാഥമിക ലക്ഷ്യം.

ക്രിസ്തിയാനികളുടെ ചുടു ചോരയ്ക്കായി ലോകമെമ്പാടുമുള്ള മുസ്ലീമുകൾ പണ്ടു മുതലെ മുറവിളി കൂട്ടിയിരുന്നു. ജൂതരെയും ക്രൈസ്തവരെയും അവരുടെ ഇടയിൽ നിന്നും തുടച്ചുനീക്കുക എന്നത് അവരുടെ അഭിലാഷമായിരുന്നു. അതിനായി അവർ ഉയർത്തിപ്പിടിച്ചിരുന്നത് ഉമറിന്റേതെന്നു വരുത്തി തീർക്കുന്ന തീവ്രമായ ആശയങ്ങളായിരുന്നു.

തീവ്രമായ പല ഉടമ്പടികളും ക്രിസ്തിയാനികൾക്കുമേൽ അടിച്ചേല്പിച്ചു. പുതുതായി പള്ളികൾ ധ്യാനകേന്ദ്രങ്ങൾ പണിതു കൂടാ, മുസ്ലീമുകൾക്ക് ക്രിസ്ത്യൻ പള്ളികളിൽ കടന്നു ചെല്ലാൻ അവകാശമുണ്ട്. അതു ചോദ്യം ചെയ്യാൻ പാടില്ല. പള്ളി മണി കുഴക്കാനോ ഉച്ചത്തിൽ പ്രാർത്ഥിക്കാനോ പാടില്ല. ക്രിസ്തീയ ചിഹ്നങ്ങളുള്ള ഒന്നും ധരിക്കാൻ അവകാശമില്ല. ഓശാന,കുരിശിന്റെ വഴി, ഈസ്റ്റർ തുടങ്ങി യാതൊരു തരത്തിലുമുള്ള ക്രിസ്ത്യൻ

പ്രദക്ഷിണങ്ങൾ നടത്താൻ പാടില്ല. ക്രിസ്തു മതം പ്രചരിപ്പിക്കാൻ പാടില്ല. ആയുധങ്ങൾ കൈവശം വെയ്ക്കാൻ പാടില്ല, മുസ്ലീം പള്ളിയുടെ ഉയരത്തിൽ ക്രിസ്ത്യൻ പള്ളി നിന്നു കൂടാ. മുസ്ലീമുകളെ ജോലിക്കു വെച്ചു കൂടാ. അങ്ങനെ നിരവധിയായ ഉടമ്പടികൾ ക്രിസ്തിയാനിക്കൾക്കു മേൽ അടിച്ചേല്പിച്ചു. ഇതെല്ലാം ക്രിസ്തിയാനികളുടെ സ്വാതന്ത്ര്യത്തെ ഹനിക്കുന്നതായിരുന്നു.

മധ്യകാലഘട്ടത്തിൽ പാശ്ചാത്യ ക്രൈസ്തവർ നടത്തിയ ഐതിഹാസിക മുന്നേറ്റങ്ങൾ അഥവാ കുരിശുയുദ്ധങ്ങൾ വിശുദ്ധ ഗീവർഗീസിന്റെ കീർത്തി പരക്കുന്നതിന് സഹായിച്ചു. മതയുദ്ധങ്ങളുടെ അല്ലെങ്കിൽ കുരിശുയുദ്ധങ്ങളുടെ ഒരു പരമ്പരയിലെ ആദ്യത്തേതാണ് ഒന്നാം കുരിശുയുദ്ധം. ജറുസലേം നഗരം മുസ്ലിം ആധിപത്യത്തിൽ നിന്ന് പിടിച്ചെടുക്കുക എന്ന പരമ ലക്ഷ്യത്തോടെ ആരംഭിച്ചതാണ് ഒന്നാം കുരിശുയുദ്ധം.

കുരിശു യുദ്ധത്തിൽ പങ്കെടുക്കാൻ വ്രതമെടുത്തിരുന്നവരെ കുരിശു യോദ്ധാക്കൾ എന്നാണ് വിളിച്ചിരുന്നത്. കുരിശു യുദ്ധത്തിൽ പങ്കെടുക്കുന്നവർ കുരിശടയാളം പതിച്ച കൊടിയും അങ്കിയും ഇവരുടെ വസ്ത്രത്തിന്റെ ഭാഗമാണ്.

ഒരുപക്ഷേ 12-)0 നൂറ്റാണ്ടിലെ കുരിശുയുദ്ധക്കാരാണ് സെന്റ് ജോർജ്ജിനെ തങ്ങളുടെ സംരക്ഷകനും സഹായിയുമായി അംഗീകരിച്ച് യുദ്ധത്തിൽ അദ്ദേഹത്തിന്റെ പേര് ആദ്യമായി വിളിച്ചത്.

സെൻന്റ്ജോർജിന്റെ കുരിശ് ധരിച്ച ഇംഗ്ലീഷ് വില്ലാളികളും (ചിത്രം കടപ്പാട്)

ഒന്നാം കുരിശുയുദ്ധം

ജെറുസലേം തീർത്ഥാടനത്തിന് പോകുന്ന ക്രിസ്ത്യാനികളോട് മുസ്ലീങ്ങൾ ക്രൂരമായിട്ടാണ് പെരുമാറുന്നതെന്ന് അന്നത്തെ പോപ്പ് ആയ അർബൺ രണ്ടാമൻ അറിയുകയും തുടർന്ന് പോപ്പ് അർബൺ രണ്ടാമന്റെ അഭ്യർത്ഥന പ്രകാരം അതുപോലെതന്നെ 1095 നവംബറിൽ പോപ്പ് അർബൻ നടത്തിയ പ്രഭാഷണം മുസ്ലീം നിയന്ത്രണത്തിൽ നിന്ന് വിശുദ്ധ ഭൂമിയെ പിടിച്ചെടുക്കാനുള്ള സൈനിക നീക്കങ്ങൾക്ക് ആക്കം കൂട്ടിയതായും ഒന്നാം കുരിശു യുദ്ധത്തിന് ആരംഭമിടുകയും ച്യ്തു.

തുർക്കികൾക്കെതിരെ ജറുസലേമിലേക്ക് സായുധ തീർത്ഥാടനത്തിന് ആഹ്വാനം ചെയ്തു. പടിഞ്ഞാറൻ യൂറോപ്പിലെ എല്ലാ മേഖലകളിലും ഈ ആഹ്വാനത്തിന് ആവേശകരമായ ജനകീയ പിന്തുണ ലഭിച്ചു. കുരിശുയുദ്ധത്തിൽ ചേരാൻ സന്നദ്ധ പ്രവർത്തകർ പരസ്യപ്രതിജ്ഞ ചെയ്തു.

ആദ്യത്തെ കുരിശുയുദ്ധത്തിനായി പോകുന്ന വഴിയിൽ, രാജാവ് വിശുദ്ധ ജോർജ്ജിന്റെ നാമത്തിലുള്ള ഒരു പള്ളി സന്ദർശിച്ചതോടെയാണ് ഇംഗ്ലണ്ടിൽ സെന്റ് ജോർജ്ജിന്റെ പ്രശസ്തി ആരംഭിച്ചത്. രാജാവിനും അനുയായികൾക്കും വിശുദ്ധന്റെ ദർശനം

ഉണ്ടാവുകയും അത് അവരുടെ യുദ്ധത്തിൽ അവരെ പ്രോത്സാഹിപ്പിച്ചുവെന്ന് വിശ്വസിക്കപ്പെടുന്നു.

ഒന്നാം കുരിശു യുദ്ധത്തിൽ ആധികാരികമായ വിജയം ക്രിസ്തിയാനികൾ നേടിയെങ്കിലും മുസ്ലീമുകളേക്കാൾ ജീവൻ കൂടുതൽ പൊലിഞ്ഞതും ക്രിസ്തിയാനികളുടേതായിരുന്നു.

രണ്ടാം കുരിശുയുദ്ധം

രണ്ടാം കുരുശു യുദ്ധം അല്ലെങ്കിൽ പ്രഭുക്കന്മാരുടെ കുരിശുയുദ്ധം എന്നും ഇതറിയപ്പെടുന്നു.

സെല്ജുക് സൈന്യത്തോട് ഏറ്റുമുട്ടുന്നു. (ചിത്രം കടപ്പാട്)

അന്നത്തെ ജർമ്മൻ രാജാവ് കോൺറാഡ് മൂന്നാമനും പിന്തുണയുമായി എത്തിയ ഫ്രാൻസ് രാജാവ് ലൂയിസ് ഏഴാമന്റെ സൈന്യവും ചേർന്ന് സെല്ജുക്ക് തുർക്കികളുടെ സൈന്യത്തോട് ഏറ്റുമുട്ടിയതാണ് രണ്ടാം കുരിശു യുദ്ധം. പ്രധാന കാരണം ഒന്നാം കുരിശു യുദ്ധത്തിൽ സ്ഥാപിച്ച ഒദേസ എന്ന രാജ്യം മുസ്ലീമുകളുടെ കയ്യിൽ നിന്നും പിടിച്ചെടുക്കുക എന്നതായിരുന്നു.

മൂന്നാം കുരിശുയുദ്ധം

കുരിശുയുദ്ധങ്ങളിൽ ഏറ്റവും വലുതും പ്രശസ്തമായ യുദ്ധമാണിത്.

മുസ്ലീങ്ങൾ തമ്മിൽ നീണ്ട യുദ്ധങ്ങളുണ്ടായിരുന്നെങ്കിലും അവസാനം അവർ സലാഉദ്ദീൻ അയ്യൂബിയുടെ കീഴിൽ ഒന്നിക്കുകയും അദ്ദേഹം ശക്തമായ ഒരു സ്റ്റേറ്റ് രൂപീകരിക്കുകയും ചെയ്തു. ഹാത്തിൻ യുദ്ധത്തിൽ വിജയിച്ച അദ്ദേഹം 1187 സപ്തംബർ 29 ന് ജറുസലേം കീഴടക്കുകയും ചെയ്തു.

1187-ൽ അയ്യൂബി സുൽത്താൻ സലാഹുദ്ദീൻ ജറുസലേം പിടിച്ചടക്കി. തുടർന്ന് അന്നത്തെ പോപ്പായ ജോർജ്ജ് എട്ടാമൻ 1187 ഒക്ടോബർ 29-ന് മൂന്നാം കുരിശുയുദ്ധത്തിന് ആഹ്വാനം ചെയ്തു.

മൂന്നാം കുരിശു യുദ്ധം (ചിത്രം കടപ്പാട്)

വിശുദ്ധ ഭൂമി തിരിച്ചുപിടിക്കാനുള്ള പാശ്ചാത്യ ക്രിസ്ത്യാനികളിലെ മൂന്ന് യൂറോപ്യൻ രാജാക്കന്മാരുടെ നേതൃത്വത്തിൽ നടന്ന യുദ്ധമായിരുന്നു മൂന്നാം കുരിശുയുദ്ധം. ഈ യുദ്ധം മൂന്ന് വർഷം നീണ്ടു നിന്നു. ഇക്കാരണത്താൽ, മൂന്നാം കുരിശുയുദ്ധം രാജാക്കന്മാരുടെ കുരിശുയുദ്ധം എന്നും അറിയപ്പെടുന്നു. ഫ്രെഡറിക് ഒന്നാമൻ ബാർബറോസയുടെ കീഴിലുള്ള സൈന്യം മാർച്ച് ചെയ്യുമ്പോൾ അവർ കൂട്ടപ്രാർത്ഥനയിൽ ഏർപ്പെട്ടിരുന്നു. ബിഷപ്പുമാർ അവരുടെ വിശ്വാസവും മനോവീര്യവും ശക്തിപ്പെടുത്തുന്നതിനായി ക്യാമ്പുകളിൽ മതപരമായ ചടങ്ങുകൾ നടത്തും. ദൈവിക പിന്തുണയ്ക്കായി പ്രാർത്ഥിക്കുന്നതിനായി

പുരോഹിതന്മാർ സൈനികരോടൊപ്പം വിശുദ്ധ ജോർജിൽ ശ്രദ്ധ കേന്ദ്രീകരിച്ചു പ്രത്യേക നേർച്ച കുർബാനകൾ ആഘോഷിക്കും. കുരിശുയുദ്ധക്കാർക്ക് ഏറ്റവും കൂടുതൽ സഹായം ആവശ്യമുള്ളപ്പോഴെല്ലാം അദ്ദേഹം പ്രത്യക്ഷപ്പെടുമെന്ന് പറയപ്പെടുന്നതിനാൽ പട്ടാളക്കാർ അദ്ദേഹത്തെ എപ്പോഴും വിളിച്ചിരുന്നു.

നാലാം കുരിശു യുദ്ധം.

ഈജിപ്ത് സ്വാധീനത്തിലാക്കേണ്ടത് അനിവാര്യമാണെന്ന് മനസ്സിലാക്കിയ പോപ്പ് ഇന്നസെന്റ് മൂന്നാമനും കുരിശു പടയാളികളും യൂറോപ്പും മനസ്സിലാക്കിയതിന്റെ പശ്ചാത്തലത്തിൽ നടന്നതാണ് നാലാം കുരിശു യുദ്ധം. പക്ഷെ നാലാം കുരിശു യുദ്ധം കാര്യമായ നേട്ടം ഉണ്ടാക്കാൻ കഴിഞ്ഞില്ല.

അഞ്ചാം കുരിശു യുദ്ധം

പതിനേഴു വർഷത്തിനു ശേഷമാണ് പിന്നീട് അഞ്ചാം കുരിശു യുദ്ധം നടന്നത്. കീഴടക്കാൻ കഴിയാതെപോയ ഈജിപ്തിനെ തിരികെ പിടിക്കുക എന്നതു തന്നെയായിരുന്നു ലക്ഷ്യം. നീണ്ട യുദ്ധം നടന്നു. ധാരാളമ്പേർ കൊല്ലപ്പെട്ടു. പക്ഷെ നൈൽ നദിയിൽ വെള്ളമുയർന്നു. ഈജിപ്ത്കാർ അവിടെ തടയണകെട്ടി കുരിശു യുദ്ധക്കാർ വെള്ളത്തിൽ മുങ്ങി നഷ്ടങ്ങൾ സംഭവിച്ചു. ഒടുവിൽ സന്ധിക്ക് തയ്യാറയി. ക്രിസ്തിയാനികൾക്ക് ജറുശലേം സന്ദർശിക്കാമെന്ന സന്ധി അംഗീകരിച്ച് അഞ്ചാം കുരിശു യുദ്ധം അവസ്സാനിച്ചു.

ആറാം കുരിശു യുദ്ധം.

ജറുശലേം തിരിച്ചു പീടിക്കാനുള്ള നാമ മാത്രമായ യുദ്ധമായിരുന്നു ആറാം കുരിശു യുദ്ധം.

അഞ്ചാം കുരിശു യുദ്ധം പരാജയപ്പെട്ടപ്പോൾ ക്ഷുഭിതനായ പോപ്പ് ഹോണറസ് മൂന്നമനാണ് ആറാം കുശിരു യുദ്ധത്തിന്

ആഹ്വാനം ചെയ്തത്. പക്ഷെ പോപ്പിന്റെ ആഹ്വാനം ജർമ്മൻ ചക്രവർത്തി ഫ്രെഡറിക് രണ്ടാമൻ നിരസ്സിച്ചു. അതിനാൽ ഫ്രെഡറിനെ സഭയിൽ നിന്നും പുറത്താക്കി.

എന്നാൽ കുരിശു യുദ്ധക്കാർ ജറുശലേമിന്റെ രാജകുമാരിയായി അവരോധിച്ചിരുന്ന ഇസബെല്ലയെ ഫ്രെഡറിക് വിവാഹം കഴിച്ച് ജറുശലേമിന്റെ രാജാവാണെന്ന് സ്വയം പ്രഖ്യാപിച്ചു. പക്ഷെ സഭക്ക് പുറത്താക്കപ്പെട്ട ഫ്രെഡറിക്കിനെ ക്രൈസ്തവർ അവഗണിച്ചു കളഞ്ഞു.

രാജകുമാരിയെ വിവാഹം ചെയ്തതിനാൽ തന്റെ അവകാശമായ ജറുശലേം ഏറ്റെടുക്കാനാണ് തന്റെ നിലപാട് എന്നറിഞ്ഞപ്പോൾ അന്നത്തെ സുൽത്താൻ അയ്യൂബി കാമിലിന് ഫ്രെഡറിക്കിനെ ചെറുക്കാനുള്ള ശക്തി ഉണ്ടായിരുന്നില്ല. അതിനാൽ സ്വന്തം അധികാരം ഉറപ്പിക്കാനായി കാമിൽ ഫ്രെഡറിക്കിന്റെ സഹായം തേടി സന്ധി ചെയ്തു. ഈജിപ്തിനെ ആക്രമിക്കില്ലെന്നും വ്യവസ്ഥ ചെയ്തു. പക്ഷെ ഫ്രെഡറിക് അവിടെ നിന്നും നിരവധിയായ സമ്പത്ത് യൂറോപ്പിലേക്ക് കടത്തിക്കൊണ്ടുപോയി.

ഏഴാം കുരിശു യുദ്ധം

ഏഴാം കുരിശു യുദ്ധം വിശുദ്ധ ഭൂമിയിലേക്കുള്ള ലൂയിസ് ഒമ്പതാമന്റെ കുരിശു യുദ്ധം എന്നും അറിയപ്പെടുന്നു. ഈ യുദ്ധത്തെ ഇടയന്മാരുടെ കുരിശു യുദ്ധമായും അറിയപ്പെടുന്നു. ഏഴാം കുരിശു യുദ്ധ കാലത്ത് ലൂയിസ് ഒമ്പതാമനെ സഹായിക്കാൻ ലക്ഷ്യമിട്ടുള്ള വടക്കൻ ഫ്രാൻസിലെ ഒരു ജനപ്രിയ യുദ്ധമായിരുന്നു ഇടയന്മാരുടെ കുരിശു യുദ്ധം.

എട്ടാം കുരിശുയുദ്ധം

270-ൽ ടുണീഷ്യയിലെ ഹഫ്സിദ് രാജവംശത്തിനെതിരെ ഫ്രാൻസിലെ ലൂയി ഒമ്പതാമൻ ആരംഭിച്ച രണ്ടാമത്തെ കുരിശുയുദ്ധമാണ് എട്ടാം കുരിശുയുദ്ധം. ഇത് ടുണിസിനെതിരായ ലൂയിസ് ഒമ്പതാമന്റെ

കുരിശുയുദ്ധം അല്ലെങ്കിൽ ലൂയിസിന്റെ രണ്ടാം കുരിശുയുദ്ധം എന്നും അറിയപ്പെടുന്നു.

പിന്നീട് അദ്ദേഹം രണ്ടാമത്തെ കുരിശു യുദ്ധം നയിച്ചെങ്കിലും ഫലപ്രാപ്തി ലഭിക്കുന്നതിന് മുമ്പ് ലൂയിസ് ഒമ്പതാമൻ അതിസാരം ബാധിച്ച് മരണമടഞ്ഞു. രാജാവിന്റെ അവസാന വാക്കുകൾ 'ജറുസലേം' എന്നായിരുന്നു!

ലൂയിസിന്റെ മരണശേഷം കുരിശു യുദ്ധത്തിന്റെ കമാൻഡറായി എത്തിയ അഞ്ജൗവിലെ ചാൾസ് ക്രിസ്ത്യൻ തടവുകാരെ കൈമാറാനും ഹസ്തദാനം നൽകാനും ടുണീസ് അമീറുമായി ചർച്ച നടത്തിയതിനെ തുടർന്നാണ് യുദ്ധം പിൻവലിക്കാൻ തീരുമാനമായതും യുദ്ധം അവസ്സനിപ്പിച്ചതും.

തങ്ങളുടെ കണമുൻപിൽ സ്വന്ത ദേവാലയങ്ങൾ തച്ചുടയ്ക്കുകയും മുസ്ലീം പള്ളികളായി പരിവർത്തനം ചെയ്യുകയും ചെയ്യുന്ന ഇസ്ലാമിക അധിനിവേശത്തെ ചെറുത്തു നില്ക്കുവാൻ കുരിശു യുദ്ധക്കാർ ജീവൻ ത്യജിച്ചതിന്റെ പരിണിത ഫലമാണ് ഇന്നത്തെ മിക്ക രാജ്യങ്ങളും ക്രിസ്തീയ സ്വാതന്ത്ര്യത്തിൽ ജീവിക്കുന്നത്.

⟶≫≪⟵

12
സെന്റ് ജോർജ്ജിന്റെ ബഹുമാനാർത്ഥം ഉപയോഗിക്കുന്ന കുരിശ്, പതാക, നാണയങ്ങൾ, ബഹുമതികൾ

സെന്റ് ജോർജ്ജ് കുരിശ്

സെന്റ് ജോർജ്ജ് കുരിശ്, നിരവധി പതാകകളിൽ ചിഹ്നമായി ഉപയോഗിച്ചിരിക്കുന്ന ഒരു ക്രിസ്ത്യൻ ചിഹ്നമാണ്. വെളുത്ത പശ്ചാത്തലത്തിലുള്ള ചുവന്ന കുരിശാണിത്. മധ്യകാലഘട്ടം മുതൽ ഈ ചിഹ്നം ഉപയോഗത്തിലുണ്ട്.

മധ്യയുഗത്തിൽ പാശ്ചാത്യ ക്രൈസ്തവർ നടത്തിയ ഐതിഹാസിക മുന്നേറ്റങ്ങൾ അഥവാ കുരിശുയുദ്ധങ്ങൾ വിശുദ്ധ ഗീവർഗീസിന്റെ കീർത്തി പരക്കുന്നതിന് സഹായിച്ചു. അക്കാലത്ത് ഇംഗ്ലണ്ടിലാണ് അദ്ദേഹത്തിന്റെ കീർത്തി ഏറ്റവും കൂടുതൽ പ്രചരിച്ചത്. കുരിശുയുദ്ധാനന്തരം തിരിച്ചെത്തിയവരുടെ സങ്കല്പം വിശുദ്ധൻ അവരോടൊപ്പം യാത്ര ചെയ്യുന്നുണ്ടെന്നായിരുന്നു. അവർ കടന്നുപോയ പട്ടണങ്ങളെല്ലാം ഏതെങ്കിലും വിധത്തിൽ വിശുദ്ധനോട് ബന്ധപ്പെട്ടിരുന്നതായി കണ്ടു.

വീരനും സാഹസികനും ധൈര്യവാനും അധർമ്മ ഉന്മൂലകനും വിശ്വാസിയും രക്തസാക്ഷിയുമായ സെന്റ് ജോർജ്ജിനെ നാനാവിധ മത വിഭാഗത്തിലും ആദരിക്കപ്പെടുന്നു. കുരിശു യുദ്ധക്കാലത്തും അതിനുശേഷവും പല രാജ്യങ്ങളും സെന്റ് ജോർജ്ജ് കുരിശ് സ്വാധീനിച്ചു. കൂടാതെ സെന്റ് ജോർജ്ജ് കുരിശ് ആ രാജ്യങ്ങളുടെ ഒക്കെ ദേശീയ പതാകയുടെ കേന്ദ്ര ഭാഗത്ത് ക്രമീകരിച്ചിരിക്കുന്നു.

ക്രിസ്തീയ മൂല്യങ്ങളെ മാത്രം ഉയർത്തിപ്പിടിച്ച് ക്രിസ്തുവിനുവേണ്ടി രക്ത സാക്ഷിയായ വിശുദ്ധന്റെ പേർ പല വിഭാഗം ക്രിസ്തിയാനികളും ഒപ്പം അന്യ മതസ്ഥരും അതി ബഹുമാനത്തോടെ കണക്കാക്കുന്നു.

റോമൻ കാത്തലിക്, ഈസ്റ്റേൻ ഓർത്തഡോക്സ്, ആംഗ്ലിക്കൻ, ഓറിയൻന്റൽ ഓർത്തഡോക്സ്, ചർച്ച് ഓഫ് ദി ഈസ്റ്റ്, ലൂഥറൻ, ഉംബണ്ട എന്നീ മതങ്ങളിൽ അദ്ദേഹം വിശുദ്ധനായി അംഗീകരിക്കപ്പെട്ടിട്ടുണ്ട്, കൂടാതെ ചില ഇസ്ലാമിക ഗ്രന്ഥങ്ങളിൽ പ്രവാചകനായും കണക്കാക്കപ്പെടുന്നു.

സെന്റ് ജോർജ്ജ് പതാക

കുരിശുയുദ്ധങ്ങളിൽ, ചുവപ്പും വെള്ളയും കുരിശുകൾ ഇംഗ്ലീഷ്, ഫ്രഞ്ച് സൈനികരെ തിരിച്ചറിയാനായി ഉപയോഗിച്ചു. വെള്ളയിലെ ചുവപ്പ്, കുരിശു യുദ്ധത്തിന്റെ അംഗീകൃത ചിഹ്നമായി മാറി. പതിമൂന്നാം നൂറ്റാണ്ടിൽ, കുരിശുയുദ്ധങ്ങളുമായി തങ്ങളെത്തന്നെ ബന്ധപ്പെടുത്താൻ ആഗ്രഹിക്കുന്ന നിരവധി രാജ്യ നേതാക്കൾ ഇത് ഒരു സാധാരണ ചിഹ്നമായി ഉപയോഗിക്കാൻ തുടങ്ങി.

സെന്റ് ജോർജ്ജ് പതാക വ്യാപകമായി ഉപയോഗിക്കുന്നു. ചർച്ച് ഓഫ് ഇംഗ്ലണ്ട് പള്ളികൾ പലപ്പോഴും സെന്റ് ജോർജ്ജ് പതാക ഉയർത്തുന്നു. തന്നെയുമല്ല, ഇന്ന് ലോകമെമ്പാടുമുള്ള ഫുട്ബോൾ, ക്രിക്കറ്റ് ലോകകപ്പുകൾ, ആഷസ്, സിക്സ് നേഷൻസ്, ഒളിമ്പിക്സ് മുതലായവ ഉൾപ്പെടെയുള്ള കായികമത്സരപരിപാടികളിലും ഇംഗ്ലീഷ് ദേശീയ പതാകയായി ഉപയോഗിക്കുന്നു. സെന്റ് ജോർജ്ജ് ദിനത്തിലും യൂണിയൻ പതാകയുമായി പതാക പറക്കുന്നു.

സെന്റ് ജോർജ്ജ് റിബൺ

സെന്റ് ജോർജ്ജ് റിബൺ അല്ലെങ്കിൽ ജോർജിയൻ റിബൺ എന്നും അറിയപ്പെടുന്നു. കറുത്ത നിറവും സൈനിക പാറ്റേണും അടങ്ങിയ ഒരു റഷ്യൻ അല്ലെങ്കിൽ സൈനിക പാറ്റേണാണ്. മൂന്ന് കറുപ്പും രണ്ട് ഓറഞ്ച് വരകളുമാണ് റിബണിൽ ഉള്ളത്.

സൈനികരുടെ സ്മരണയ്ക്കായി സെന്റ് ജോർജ്ജിന്റെ റിബൺ ഉപയോഗിക്കുന്നു. ഒരു അവബോധ റിബൺ കൂടിയാണിത്. വിജയ ദിനത്തോടനുബന്ധിച്ച് ഉപയോഗിക്കുന്ന പ്രാഥമിക ചിഹ്നമാണിത്. റഷ്യയിൽ ഇത് ഒരു ദേശസ്നേഹ പ്രതീകമെന്ന നിലയിൽ വ്യാപകമായ ജനപ്രീതി നേടിയിട്ടുണ്ട്. അതുപോലെ റഷ്യൻ സർക്കാരിന് പൊതുജന പിന്തുണ കാണിക്കുന്നതിനുള്ള ഒരു മാർഗവും കൂടിയാണ്.

നാണയങ്ങൾ

ലിഡിയൻമാരാണ് ചരിത്രത്തിൽ ആദ്യമായി സ്വർണ്ണത്തിന്റെയും വെള്ളിയുടെയും നാണയങ്ങൾ കണ്ടുപിടിച്ചത് ഏകദേശം BC. 575-ൽ, ക്രോയസ് രാജാവിന്റെ കാലത്ത്.

വിശുദ്ധ ഗീവറുഗീസ് സഹദാ എന്നു കേൾക്കുന്ന മാത്രയിൽ നമ്മുടെ മനസ്സിൽ തെളിയുന്ന ഒരു ചിത്രമുണ്ട്. പടച്ചട്ട ധരിച്ച അശ്വാരൂഢനായ ഒരു യോദ്ധാവ്. കൈയ്യിലുള്ള നീണ്ടു കൂർത്ത കുന്തം, രൗദ്രതയോടെ വായ് പിളർന്നു നിൽക്കുന്ന ഒരു വ്യാളിയുടെ വായിൽ കുത്തിയിറക്കി അതിനെ വകവരുത്തുന്നു. ഇംഗ്ലണ്ടിന്റെ നാണയമായ പവനിലും (പൗണ്ട്) ഈ ചിത്രം ആലേഖനം ചെയ്തിട്ടുണ്ട്.

വിശുദ്ധനോടുള്ള ആദര സൂചകമായി പല രാജ്യങ്ങളിലും സ്വർണ്ണം, വെള്ളി നാണയങ്ങൾ പുറത്തിറക്കി. അക്കാലത്ത് നാണയൾ ജനപ്രിയമല്ലായിരുന്നു. ജനങ്ങൾ നോട്ടുകളുടെ സൗകര്യത്തിനാണ് മുൻഗണന നൽകിയിരുന്നത്, എന്നാൽ കറൻസി നോട്ടുകൾ നിയമപ്രകാരം പരിമിതപ്പെടുത്തിയതോടുകൂടി ജനങ്ങൾ നാണയവുമായി പൊരുത്തപ്പെടാൻ തുടങ്ങി. അങ്ങനെ സെന്റ് ജോർജ്ജ് നാണയങ്ങൾ പ്രചുര പ്രചാരത്തിലുള്ള നാണയമായി മാറി, അന്താരാഷ്ട്ര വ്യാപാരത്തിലും വിദേശരാജ്യങ്ങളിലും ഈ നാണയങ്ങൾ ഉപയോഗിക്കുകയും ആഭരണങ്ങളിൽ പതക്കമായി ഉപയോഗിക്കുകയുമൊക്കെ ചെയ്തു.

ഓർഡർ ഓഫ് ദി ഗാർട്ടർ (പരമോന്നത ബഹുമതി)

എഡ്വേർഡ് മൂന്നാമൻ രാജാവ് ഭരിച്ചപ്പോൾ സെന്റ് ജോർജ്ജിനെ ഇംഗ്ലണ്ടിന്റെ രക്ഷാധികാരിയാക്കി. 1350-ൽ **"ഓർഡർ ഓഫ് ദി ഗാർട്ടർ"** എന്ന പരമോന്നത ബഹുമതി സെന്റ് ജോർജ്ജിന്റെ നാമത്തിൽ, നടപ്പിലാക്കി.

രാജ്യത്തെ പരമോന്നത ധീരതയാണ് " ഓർഡർ ഓഫ് ദി ഗാർട്ടർ" . സെന്റ് ജോർജ്ജ് കുരിശ് ഗാർട്ടർ ബാഡ്ജിൽ കാണപ്പെടുന്നു. ഒപ്പം വിശുദ്ധന്റെ ചിത്രം ഗാർട്ടർ ചെയിനിന്റെ പതക്കമാണ്.

ഏറ്റവും വലിയ വീരകൃത്യത്തിനോ അപകടകരമായ സാഹചര്യത്തിൽ ധൈര്യത്തിനോ വേണ്ടി ഒരു പുതിയ അവാർഡ് 1940-ൽ ജോർജ്ജ് ആറാമൻ രാജാവ് സൃഷ്ടിച്ചു. സെന്റ് ജോർജ്ജ് കുരിശിൽ, സെന്റ് ജോർജ്ജ് മഹാസർപ്പത്തെ കീഴടക്കുന്ന ചിത്രമാണ്.

ഒന്നാം ലോകമഹായുദ്ധത്തിൽ കൊല്ലപ്പെട്ടവരെ ആദരിക്കുന്നതിനായി നിർമ്മിച്ച പല സ്മാരകങ്ങളിലും സെന്റ് ജോർജിന്റെ ചിത്രം കീർത്തി മുദ്രയായി അലങ്കരിക്കുന്നു.

സേക്രഡ് മിലിട്ടറി കോൺസ്റ്റാന്റീനിയൻ ഓർഡർ ഓഫ് സെന്റ് ജോർജ്

ഇംപീരിയൽ കോൺസ്റ്റാന്റീനിയൻ ഓർഡർ ഓഫ് സെന്റ് ജോർജ്ജ് എന്നും അറിയപ്പെടുന്നു.

പില്ക്കാലത്ത് സെന്റ് ജോർജ്ജ് വ്യാളിയെ കൊന്ന കുന്തത്തെ ഇസ്രായേലിൽ ലെവന്റെൻ നഗരമായ അഷ്കെലോണിന്റെ പേരിൽ അസ്കലോൺ എന്ന് വിളിച്ചിരുന്നു. രണ്ടാം ലോക മഹായുദ്ധ സമയത്ത് വിൻസ്റ്റൺ ചർച്ചിൽ തന്റെ സ്വകാര്യ വിമാനങ്ങൾക്ക് അസ്കലോൺ എന്ന പേര് ഉപയോഗിച്ചിരുന്നു. തിന്മയെ കീഴടക്കുന്ന കുന്തവുമായി കുതിരക്കാരന്റെ പ്രതിരൂപം ക്രിസ്ത്യൻ കാലഘട്ടത്തിലുടനീളം വ്യാപകമായി.

13

സെന്റ് ജോർജ്ജ് - രക്ഷാധികാരി

ഏതു വിശുദ്ധന്റെ മധ്യസ്ഥതയ്ക്കു വേണ്ടി ഒരു സ്ഥലമോ സമൂഹമോ പള്ളിയോ ഉൾപ്പെട്ടിരിക്കുന്ന വ്യക്തികളുമായോ സ്ഥലങ്ങളുമായോ ഉള്ള ചില യഥാർത്ഥ ബന്ധത്തിന്റെ അടിസ്ഥാനത്തിലാണ് പലപ്പോഴും രക്ഷാധികാരിയായി തിരഞ്ഞെടുക്കപ്പെടുന്നത് അല്ലെങ്കിൽ വിശുദ്ധനാക്കപ്പെടുന്നത്. അങ്ങനെ ആർക്കുവേണ്ടി സമർപ്പിക്കപ്പെട്ടിരിക്കുന്നുവോ അവരായിരിക്കും ആ പ്രദേശത്തിന്റെ സ്ഥാപനങ്ങളുടെ ആരാധനാലയങ്ങളുടെ ഒക്കെ രക്ഷാധികാരിയായി കണക്കാക്കുന്നത് .

ചിലയിടങ്ങളിൽ പ്രാദേശിക അല്ലെങ്കിൽ ദേശീയ സംസ്കാരങ്ങളിൽ ദൈവങ്ങളായി വർത്തിച്ചു വരുന്നവർ രക്ഷാധികാരികൾക്ക് തുല്യമാണ് എന്ന് കരുതുന്നു. അല്ലെങ്കിൽ സ്വയം പ്രക്യാപിത ദൈവങ്ങളായി ഉയരുകയും ഭൗതിക നേട്ടങ്ങൾക്കുവേണ്ടി കൂണുപോലെ അനുയായികൾ പൊട്ടി മുളയ്ക്കുകയും ചെയ്യാറുണ്ട്. പക്ഷെ അവരാരും വിശുദ്ധരെന്ന് വിശ്വാസ ഗണത്തെ ബോധ്യപ്പെടുത്താൻ കഴിയാതെ ക്ഷയിച്ച് പോകുന്ന അവസ്ഥാന്തരത്തിൽ ചെന്നെത്തുന്നത് കാണാൻ കഴിയുന്നുണ്ട്.

ഗ്രീക്ക്കാർ **'മഹാനായ രക്തസാക്ഷി'** എന്ന വിശേഷണം നൽകി ഗീവറുഗീസ് സഹദായെ ആദരിക്കുന്നു. കൂടാതെ സെന്റ് ജോർജ്ജ് ദിനം ഒരു പൊതു അവധിയായി പ്രഖ്യാപിക്കുകയും ചെയ്തിട്ടുണ്ട്.

ചരിത്രത്തിൽ സ്ഥലം പിടിച്ചിട്ടുള്ള ഒരു സംഭവമാണ് 'കുരിശുയുദ്ധം.' മുസ്ലീങ്ങളുടെ കൈകളിൽനിന്ന് തിരുക്കല്ലറയും മറ്റു

വിശുദ്ധ സ്ഥലങ്ങളും വീണ്ടെടുക്കുന്നതിന് യുദ്ധങ്ങൾ തുടർച്ചയായി അങ്ങേറി. ഒന്നാം കുരിശുയുദ്ധം മുതൽ എട്ടാം കുരിശുയുദ്ധം വരെ നീണ്ട യുദ്ധങ്ങൾ നടക്കുകയുണ്ടായി.

സെന്റ് ജോർജ്ജിനോടുള്ള ആദരവ് അതിന്റെ ഉച്ചസ്ഥായിയിൽ എത്തുന്നത് അന്ത്യോക്യായിൽ വെച്ച് സിറിയൻ തുർക്കികൾ യുദ്ധത്തിൽ കുരിശുയുദ്ധക്കാരെ വളയുകയുണ്ടായി. ആ സമയം മലമുകളിൽനിന്ന് വെള്ള പടക്കുതിരകളോടുകൂടിയ പട്ടാളത്തെ നയിച്ചുകൊണ്ട് വിശുദ്ധ ഗീവർഗീസ് പ്രത്യക്ഷനായി എന്നാണ് വിശ്വാസം. ഈ പട്ടാള വ്യൂഹത്തിന്റെ സഹായത്തോടെ കുരിശുയുദ്ധക്കാർ വിജയിച്ചു. അവിടെനിന്ന് ലീസായിലെത്തിയ ശത്രുക്കൾ പിൻവാങ്ങി പോയി. വിശുദ്ധന് നന്ദി അർപ്പിക്കുകയും ആ പട്ടണത്തെ വിശുദ്ധന്റെ ആസ്ഥാനമായി അവർ ഉയർത്തുകയും ചെയ്തു.

വിശുദ്ധ ഗീവറുഗീസ് സഹദാ സൈനിക വിശുദ്ധന്മാരിൽ ഏറ്റവും പ്രധാനിയാണ്. കുതിരപ്പട്ടാളത്തിന്റെയും ധീരോദാത്തരുടെയും യോദ്ധാക്കളുടെയും മധ്യസ്ഥനാണ് വിശുദ്ധ ഗീവർഗീസ്. രോഗികൾക്ക് നല്ലൊരു വൈദ്യനായും വിശുദ്ധൻ നൂറ്റാണ്ടുകളായി അറിയപ്പെടുന്നു.

കുരിശുയുദ്ധക്കാർ ഇതിഹാസത്തെ പുനരുജ്ജീവിപ്പിക്കുകയും മധ്യകാല ഘട്ടത്തിലെ ആരോഗ്യം നശിപ്പിക്കുന്ന മഹാസർപ്പത്തെ കുഷ്ഠരോഗമായും അതിനെതിരെ പോരാടുന്ന സെന്റ് ജോർജിനെ പരാമർശിക്കുകയും ചെയ്തു. ഈ ആശയത്തിന് ചരിത്രപരമായ ചില പ്രാധാന്യമുണ്ട്. കാരണം ആ കാലഘട്ടത്തിൽ സെന്റ് ജോർജ്ജ് കുഷ്ഠരോഗികളുടെ രക്ഷാധികാരിയായി ബഹുമാനിക്കപ്പെട്ടിരുന്നു. മധ്യകാലഘട്ടത്തിൽ നഴ്സിംഗ് കുഷ്ഠരോഗികളിൽ വളരെയധികം താല്പര്യം കാണിച്ചിരുന്നു.

സർപ്പ ദോഷത്തിൽ നിന്നും വിഷ ബാധയിൽനിന്നും രക്ഷ നേടുന്നതിന് ജാതിമതഭേദമെന്യേ ജനങ്ങൾ വിശുദ്ധനിൽ ശരണം പ്രാപിക്കുന്നു. ഉദാഹരണത്തിന് നമ്മുടെ നാട്ടിൽ

പുതുപ്പള്ളിയിലേക്കും ഇടപ്പള്ളിയിലേക്കും അരുവിത്തുറയിലേക്കും പതിനായിരക്കണക്കിന് ഭക്തജനങ്ങൾ വന്നണയുന്നത് ഒരു നേർക്കാഴ്ചയാണ്..

എഡ്വേർഡ് ഒന്നാമൻ ഒരു കുരിശുയുദ്ധക്കാരനായിരുന്നു, അദ്ദേഹത്തിന് സെന്റ് ജോർജിനെ വളരെ ഇഷ്ടമായിരുന്നു. വെൽഷിനെതിരെയുള്ള യുദ്ധത്തിൽ അദ്ദേഹത്തിന്റെ സൈന്യം സെന്റ് ജോർജ്ജ് കുരിശ് ധരിച്ചിരുന്നു.

14-)ം നൂറ്റാണ്ടോടെ സെന്റ് ജോർജ്ജ് ഇംഗ്ലീഷുകാരുടെ പ്രത്യേക സംരക്ഷകനായി കണക്കാക്കുകയും അതുപോലെതന്നെ ഇംഗ്ലണ്ടിന്റെ ഔദ്യോഗിക രക്ഷാധികാരിയായി തിരഞ്ഞെടുക്കപ്പെടുകയും ചെയ്തു..

കൂടാതെ സെന്റ് ജോർജ്ജ് എത്യോപ്യ, ജോർജിയ, പോർച്ചുഗൽ തുടങ്ങിയ രാജ്യങ്ങളുടെയും ഫ്രീബർഗ്, മോസ്കോ, ബെയ്റൂട്ട് തുടങ്ങിയ നഗരങ്ങളുടെയും രക്ഷാധികാരി കൂടിയാണ്. പ്രത്യേകിച്ച് ശക്തനായ ഒരു മധ്യസ്ഥനായി അദ്ദേഹം കാണപ്പെട്ടു.

മതപാരമ്പര്യവും പ്രൊട്ടസ്റ്റന്റ് വിഭാഗത്തിൽ പുനർവ്യാഖ്യാനം ചെയ്യപ്പെട്ടതും ഓർഡർ ഓഫ് ഗാർട്ടറിനെ കേന്ദ്രീകരിച്ചുള്ള രാജകീയ-സൈനിക പാരമ്പര്യവും ഇഴചേർന്നതിനാൽ സെന്റ് ജോർജ്ജിന്റെ ശക്തി അതിജീവിച്ചുതന്നെ വന്നു.

പതിനഞ്ചാം ശതകത്തിന്റെ ഉത്തരാർധത്തിൽ ഇംഗ്ലണ്ടിൽ ഭരണത്തിലെത്തിയ ട്യൂഡർ രാജവംശമാണ് ആധുനിക രീതിയിലുള്ള രാജവാഴ്ചാ രീതികൾക്ക് വ്യവസ്ഥാപിതമായ കെട്ടുറപ്പ് ഉണ്ടാക്കിയത്. റോമൻ നിയമ സംഹിതകളും രാഷ്ട്രീയ കാഴ്ചപ്പാടുകളും ഉൾപ്പെടുത്തി രാജാധിപത്യത്തെ പൗരോഹിത്യത്തിൽനിന്ന് മോചിപ്പിച്ച് പുരോഗമനപരമായ ദിശയിലേക്കു നയിച്ചത് ട്യൂഡർ ഭരണാധികാരികളാണ്. ശാസ്ത്ര സാങ്കേതിക, കല, സാഹിത്യം,

വിജ്ഞാനാദി മേഖലകളിൽ അഭൂതപൂർവമായ അഭിവൃദ്ധിയുണ്ടായ കാലഘട്ടമാണിത്.

പലയിടങ്ങളിലെ നവീകരണ സമ്പ്രദായത്തിന് വിരുദ്ധമായി, ട്യൂഡർമാർക്കിടയിൽ സെന്റ് ജോർജിനെക്കുറിച്ച് കാര്യമായ മിഥ്യാധാരണകൾ നടന്നു. പക്ഷേ സെന്റ് ജോർജ്ജിന്റെ പരമ്പരാഗത ദേശ സ്നേഹത്തെ പ്രകീർത്തിച്ചുകൊണ്ട് പുനഃപ്രസിദ്ധീകരിക്കപ്പെടുന്ന പുസ്തകങ്ങൾ നവീകരണാനന്തര ഇംഗ്ലണ്ടിൽ വിശുദ്ധന്റെ കഥയും പ്രതീകാത്മകതയും നിരവധി വ്യത്യസ്ത വേഷങ്ങൾ തുടർന്നുവെങ്കിലും അതിനെയൊക്കെ മറികടക്കാൻ വിശുദ്ധനു കഴിഞ്ഞു.

അതുപോലെതന്നെ ബ്രിട്ടന്റെ സാമ്രാജ്യത്വ ശക്തിയുടെ എഡ്വേർഡിയൻ കാലഘട്ടത്തിൽ സെന്റ് ജോർജിന്റെ പാരമ്പര്യത്തെക്കുറിച്ച് ഇടയ്ക്കിടെ ഉയർന്നുവന്നിരുന്ന സംശയങ്ങൾ ചരിത്രത്തിന്റെ വീക്ഷണകോണുകളിൽ നിരാകരിക്കപ്പെട്ടു. പിന്നീട് ബ്രിട്ടൻ ലോകശ്രദ്ധയിലേക്ക് ഉയർന്നപ്പോൾ, ഇംഗ്ലണ്ടിന്റെ രക്ഷാധികാരി സെന്റ് ജോർജ്ജിന്റെ പാരമ്പര്യം സ്വയം പ്രത്യക്ഷത്തിൽ സത്യമായി കാണപ്പെട്ടു.

സെന്റ് ജോർജിന്റെ പീഡനങ്ങളും ശിരഃഛേദവും മന്ത്രവാദിയായ അത്തനാസിയസിന്റെയും അപ്പോളോ ദൈവത്തിന്റെയും അവന്റെ ആരാധകരുടെയും മേലുള്ള വിശുദ്ധന്റെ വിജയങ്ങൾ, ദൈവത്തോടുള്ള ജോർജിന്റെ പ്രീതിയുടെ ഉദാഹരണങ്ങളായി നിലനിർത്തി. അവനെയും അവന്റെ പെരുന്നാൾ ദിനത്തെയും ഓർക്കുന്നവർക്ക് വേണ്ടിയുള്ള മധ്യസ്ഥ പ്രാർത്ഥനയും അന്നും ഇന്നും സംരക്ഷിക്കപ്പെടുന്നു.

ജനപ്രീതിയാർജ്ജിച്ച അദ്ദേഹത്തിന്റെ പെരുമാറ്റത്തിലെ കുലീനതയുടെയും രക്ഷാധികാരി. വിശുദ്ധ സ്ഥലങ്ങളുടെയും കുരിശുയുദ്ധക്കാരുടെയും സംരക്ഷകനായിരുന്നു. സെന്റ് ജോർജ്ജ് ഒരു അന്താരാഷ്ട്ര വ്യക്തിത്വവും. ക്രിസ്തുവിന്റെ വിശ്വസ്ത സൈനികന്റെ പ്രചോദനാത്മകമായ ഒരു ഉദാഹരണമായിരുന്നു.

നവീകരണത്തെ അതിജീവിച്ച മതേതര നിയമങ്ങളുടെ ചുരുക്കം ചില വിശുദ്ധന്മാരിൽ ഒരാളാണ് സെന്റ് ജോർജ്ജ്.

അദ്ദേഹം ജനപ്രീതിയുടെ ഉന്നതിയിലേക്ക് അതിവേഗം ഉയർന്നുവെന്ന് സ്ഥിരീകരിക്കുന്നത് അദ്ദേഹം നിരവധി സ്ഥലങ്ങളിലെ ജനകീയ ഭക്തിയിലെ ഒരു പ്രധാന വ്യക്തിയായിരുന്നു എന്നതാണ്. കവിത, നാടകം, ദൃശ്യ ഇമേജറി എന്നിവയിൽ ഇംഗ്ലീഷ് രാജവാഴ്ചയുടെ രക്ഷാധികാരിയായി അദ്ദേഹം പതിവായി വിളിക്കപ്പെട്ടിരുന്നു,

14

വിശുദ്ധ ഗീവറുഗീസ്സ് സഹദ - മദ്ധ്യസ്ഥൻ

ഓരോ രാജ്യത്തിനും അതിന്റേതായ 'രക്ഷാധികാരി' ഉണ്ട്. വലിയ അപകട സമയത്ത് ശത്രുക്കളിൽ നിന്ന് രാജ്യത്തെ രക്ഷിക്കാൻ സഹായിക്കാൻ അവർ ആവശ്യപ്പെടുന്നു. സെന്റ് ജോർജ്ജിനെ ധീരതയുടെ ആൾരൂപമായി കണക്കാക്കുന്നു. അടിച്ചമർത്തലിന്റെയും സ്വേച്ഛാധിപത്യത്തിന്റെയും വിധിയുടെ ക്രൂരതകളിൽ നിന്നും വിടുതൽ നൽകിയവനായിരുന്നു അവൻ. അതുകൊണ്ടാണ് ചരിത്രത്തിലുടനീളം സെന്റ് ജോർജ്ജ് മഹത്തായ രാഷ്ട്രങ്ങളുടെയും സാധാരണക്കാരുടെയും രക്ഷാധികാരിയായി പ്രഥമ സ്ഥാനത്തുതന്നെ ഇടം നല്കിയിരിക്കുന്നത്.

എല്ലാ ന്യായമായ കാരണങ്ങളുടെയും രക്ഷാധികാരി. എല്ലാ അപകടങ്ങളിൽ നിന്നും ഉത്കണ്ഠകളിൽ നിന്നും സംരക്ഷകൻ. മാരകമായ അപകടാവസ്ഥയിലുള്ള നാവികരുടെ സഹായി. പട്ടാളക്കാരുടെ സംരക്ഷകൻ. തടവുകാരും അടിമകളായ രാജ്യങ്ങളും അവരെ മോചിപ്പിക്കാൻ അവനോട് ആവശ്യപ്പെടുന്നു..

മഹാമാരി ബാധിച്ചവർ അവന്റെ മധ്യസ്ഥതയ്ക്കായി പ്രാർത്ഥിക്കുന്നു., ലോകമെമ്പാടുമുള്ള അദ്ദേഹത്തിന്റെ നാമത്തിൽ സമർപ്പിച്ചിരിക്കുന്ന എണ്ണമറ്റ ആശുപത്രികൾ ഇതിന് തെളിവാണ്. പലവിധേനയുള്ള പ്രകൃതി ദുരന്തങ്ങൾ നാശങ്ങൾ എന്നിവയൊക്കെ സംഭവിക്കുമ്പോൾ മുഖ്യമായി വിശുദ്ധന്റെ മധ്യസ്ഥയിൽ ദൈവത്തെ വിളിച്ച് അപേക്ഷിക്കാറുണ്ട്.

ഇംഗ്ലണ്ടിനൊപ്പം, ജോർജിയ, മാൾട്ട, പോർച്ചുഗൽ, കാറ്റലോണിയ, സ്പെയിനിലെ അരഗോൺ, റൊമാനിയ എന്നിവിടങ്ങളിലെ രക്ഷാധികാരി കൂടിയാണ് സെന്റ് ജോർജ്ജ്.

കർഷകരെയും ഇടയന്മാരെയും കച്ചവടക്കാരെയും പ്രതിനിധീകരിക്കുന്ന അദ്ദേഹം സ്കൗട്ടുകളുടെ രക്ഷാധികാരി കൂടിയാണ്. അതുപോലെതന്നെ സിറിയയുടെയും ലെബനന്റെയും രക്ഷാധികാരി കൂടിയാണ് അദ്ദേഹം. കോൺസ്റ്റന്റൈൻ ചക്രവർത്തി അദ്ദേഹത്തിന്റെ രക്തസാക്ഷിത്വത്തിനു ശേഷം ദേവാലയം അദ്ദേഹത്തിന് സമർപ്പിച്ചു.

നിരപരാധികൾക്കുവേണ്ടി അവരുടെ പലവിധമായ പ്രതികൂല സാഹചര്യങ്ങളെ നേരിടാനുള്ള, പ്രതിരോധിക്കാനുള്ള ധൈര്യത്തിന് വേണ്ടിയാണ് സെന്റ് ജോർജ്ജ് നിലകൊള്ളുന്നത്. തിന്മയുടെ മേൽ നന്മയുടെ വിജയം, ധൈര്യത്തിലൂടെ നേടാൻ കഴിയുമെന്ന് സെന്റ് ജോർജ്ജ് കാണിച്ചു തന്നു. വിശുദ്ധ ജോർജ്ജ് ക്രിസ്ത്യാനികളുടെ സംരക്ഷകനാണ്, നീതിക്കുവേണ്ടി പോരാടുന്ന എല്ലാവരുടെയും രക്ഷാധികാരിയാണ്. അനീതികളോട് പ്രതികരിക്കുന്നതിനുള്ള വിശുദ്ധന്റെ ധൈര്യവും അചഞ്ചലമായ വിശ്വസ്തതയും ലോകമെമ്പാടുമുള്ള ക്രിസ്ത്യാനികളുടെ തലമുറകളെ പ്രചോദിപ്പിച്ചിട്ടുണ്ട്.

കുരിശു യുദ്ധങ്ങളിൽ പങ്കെടുത്ത പല മുസ്ലീമുകൾക്കും വിശുദ്ധന്റെ മഹത്വവും അത്ഭുതങ്ങളും അറിയുവാൻ സാധിക്കുകയും അതിനാൽ പിൽക്കാലത്ത് വിശുദ്ധൻ ക്രിസ്ത്യാനികൾക്കും മുസ്ലീങ്ങൾക്കും ഒരുപോലെ ഭക്തിസാന്ദ്രമായി തീരുകയും ചെയ്തു.

കുതിരപ്പട്ടാളക്കാർ, പട്ടാളക്കാർ, സ്കൗട്ട്മാർ, വാൾപ്പയറ്റുകാർ, വില്ലാളികൾ എന്നിങ്ങനെ നിരവധിപ്പേരുടെ രക്ഷാധികാരിയായി സെന്റ് ജോർജ്ജ് ആദരിക്കപ്പെടുന്നു.

കുഷ്ഠരോഗം, സർപ്പ ദംശനം, ഭ്രാന്ത്, വിവിധമായ മഹാമാരികൾ എന്നിവയ്ക്കെതിരെയും വിശുദ്ധനോട് അഭ്യർത്ഥിക്കുന്നു. പ്രത്യേകിച്ച് മനുഷ്യ ചരിത്രത്തിലെ ഏറ്റവും മാരകമായ പകർച്ച വ്യാധികളിൽ ഒന്നായിരുന്നു ബ്ലാക്ക് ഡെത്ത് (പ്ലേഗ്). ദശലക്ഷക്കണക്കിന് ആളുകളുടെ ജീവൻ അപഹരിച്ച പ്ലേഗ് സമയത്ത് വിശുദ്ധ ഗീവറുഗീസിന്റെ സ്വാധീനം വളരെ വലുതാണ്. വിശുദ്ധന്റെ

മധ്യസ്ഥതയിൽ ജനങ്ങൾ അഭയം പ്രപിക്കുകയും ഇതിഹാസങ്ങൾ പ്രാർത്ഥനാപൂർവ്വം വിശുദ്ധനെ ഓർക്കുകയും ചെയ്യപ്പെട്ടിട്ടുണ്ട്. അതുകൊണ്ടുതന്നെ സെന്റ് ജോർജ്ജ് ചരിത്രത്തിലെ ഏറ്റവും ആദരണീയനായ വിശുദ്ധന്മാരിൽ ഒരാളാണ് എന്നത് നിസംശയം പറയാം.

⟶⟫⟪⟶

മധ്യസ്ഥതയിൽ ജനങ്ങൾ അഭയം പ്രപിക്കുകയും ഇതിഹാസങ്ങൾ പ്രാർത്ഥനാപൂർവ്വം വിശുദ്ധനെ ഓർക്കുകയും ചെയ്യപ്പെട്ടിട്ടുണ്ട്. അതുകൊണ്ടുതന്നെ സെന്റ് ജോർജ്ജ് ചരിത്രത്തിലെ ഏറ്റവും ആദരണീയനായ വിശുദ്ധന്മാരിൽ ഒരാളാണ് എന്നത് നിസംശയം പറയാം.

15

ലോകമെമ്പാടും വിശുദ്ധനെ ആദരിക്കുന്ന സഭകൾ

പൗരസ്ത്യപാശ്ചാത്യ സഭാപാരമ്പര്യങ്ങളിൽ എല്ലാം ഇദ്ദേഹം സ്ഥാനം പിടിക്കുന്നു. മാത്രമല്ല, ഇദ്ദേഹത്തിന്റെ ഓർമ്മ തിരുനാൾ കിഴക്കും പടിഞ്ഞാറുമുള്ള എല്ലാ കത്തോലിക സഭകളും ആചരിക്കുകയും ചെയ്യുന്നു.

വിശുദ്ധ ഗീവറുഗീസ് സഹദായുടെ തിരുശേഷിപ്പുകൾ മാർഡിനിൽ നിന്ന് അന്ത്യോക്യയിലേക്ക് കൊണ്ടു വരികയും തുടർന്ന് 1912 ൽ വട്ടശ്ശേരിൽ മാർ ദിവന്നാസിയോസ് തിരുമേനി അന്ത്യോക്യയിൽ നിന്ന് കൊണ്ടുവന്ന് കേരളത്തിൽ കുണ്ടറയിലെ ഓർത്തഡോക്സ് സെമിനാരിയിൽ സൂക്ഷിക്കുകയുണ്ടായി. തുടർന്ന് മാത്യൂസ് ദ്വിതീയൻ കാതോലിക്കാ ബാവ കോട്ടയം ജില്ലയിലെ പുതുപ്പള്ളിയിലും പത്തനംതിട്ട ജില്ലയിലെ ചന്ദനപ്പള്ളിയിലും ഉള്ള സെന്റ് ജോർജ് ദേവാലയങ്ങൾക്ക് തിരുശേഷിപ്പ് നൽകി.

ഗീവർഗീസു സഹദാ വിഖ്യാതനായിത്തീർന്നിട്ടുള്ളത് സർപ്പ ഘാതകനായിട്ടാണ്. അതുകൊണ്ട് പാമ്പുബാധയിൽ നിന്നുള്ള സംരക്ഷണത്തിന് അനേകർ അദ്ദേഹത്തിന്റെ മധ്യസ്ഥത തേടുന്നു. പാമ്പിനെ സ്വപ്നം കണ്ടാൽ ഗീവർഗീസ് സഹദായുടെ കോപത്താലാണെന്നും മറ്റുമുള്ള വിശ്വാസങ്ങളും ജനങ്ങളുടെ ഇടയിൽ ഉണ്ട്. പ്രതിവിധിക്കായി പാമ്പുനേർച്ച നടത്തുന്നവരും ഇല്ലാതില്ല.

ഗ്രീക്ക് ഓർത്തഡോക്സ് സഭ അദ്ദേഹത്തെ **"വലിയ സഹദാ"** എന്നു വിശേഷിപ്പിക്കുന്നു. കുസ്തന്തീനോപ്പോലീസിൽ ഒരു കാലത്ത് അഞ്ചോ, ആറോ ദേവാലയങ്ങൾ ഇദ്ദേഹത്തിന്റെ നാമത്തിൽ ഉണ്ടായിരുന്നതായി സാക്ഷ്യപ്പെടുത്തിയിട്ടുണ്ട്. അവയിൽ ഏറ്റവും

പഴക്കമുള്ള ദേവാലയം കുസ്തന്തീനോസ് ചക്രവർത്തി തന്നെ നിർമ്മിച്ചതായി പറയപ്പെടുന്നു.

ആറാം നൂറ്റാണ്ടിൽ ജസ്റ്റിനിയൻ ചക്രവർത്തി അർമ്മിനിയായിലെ ബിസുനെസ് എന്ന സ്ഥലത്ത് ഇദ്ദേഹത്തിന്റെ നാമത്തിൽ ഒരു ദേവാലയം നിർമ്മിക്കുകയുണ്ടായി. പാശ്ചാത്യരാജ്യങ്ങളിൽ കുരിശുയുദ്ധങ്ങൾക്കു ശേഷം പതിനൊന്നാം നൂറ്റാണ്ട് വിശുദ്ധ ഗീവറുഗീസിനോടുള്ള ആദരവും അദ്ദേഹത്തിന്റെ മധ്യസ്ഥതയിലുള്ള വിശ്വാസവും വളരെയേറെ വർദ്ധിക്കുവാ-നിടയായി.

പടയാളിയായ പരിശുദ്ധന്റെ മധ്യസ്ഥത മൂലമാണ് യുദ്ധങ്ങളിൽ വിജയം വരിക്കാൻ കാരണമായത് എന്നുള്ള വിശ്വാസം സൈനികരിൽ വേരുറച്ചു. അങ്ങനെ അദ്ദേഹം സൈനികരുടെ പ്രത്യേക മധ്യസ്ഥനായിത്തീരുകയും ചെയ്തു.

എല്ലാ വർഷവും ഏപ്രിൽ 23 ന് സെന്റ് ജോർജ്ജ് ദിനം ആഘോഷിക്കുന്നു. പട്ടാളക്കാർ, വില്ലാളികൾ, കുതിരപ്പട, ധീരസേന, കർഷകർ, ഫീൽഡ് വർക്കർമാർ, റൈഡർമാർ, സാഡ്‌ലർമാർ എന്നിവരുടെ രക്ഷാധികാരിയാണ് ജോർജ്ജ്.

ആളുകൾ സംരക്ഷണത്തിനായി രോഗങ്ങൾ സുഖപ്പെടുത്താൻ സഹായിക്കുന്ന ഒരു '**വിശുദ്ധ സഹായി**' ആണെന്ന് അവർ വിശ്വസിച്ചു. കുഷ്ഠം, പ്ലേഗ്, സിഫിലിസ് എന്നിവയാൽ ബുദ്ധിമുട്ടുന്നവരെ സെന്റ് ജോർജ്ജ് പരിപാലിക്കുന്നുവെന്നും വിശ്വസിക്കപ്പെടുന്നു.

ഏപ്രിൽ 23-ന് ഏറ്റവും അടുത്തുള്ള ഞായറാഴ്ച, സ്കൗട്ടുകളും ഗൈഡുകളും അവരുടെ അടുത്തുള്ള പള്ളിയിലേക്ക് പരേഡിൽ പോകുന്നു. ഇംഗ്ലണ്ടിന് ചുറ്റും നിരവധി സെന്റ് ജോർജ്ജ് ഡേ പരേഡുകൾ ഉണ്ട്, അതിൽ പലപ്പോഴും മോറിസ് നർത്തകരും മാർച്ചിംഗ് ബാൻഡുകളും ഉൾപ്പെടുന്നു. ചില പരേഡുകളിൽ ഡ്രാഗൺ ഇതിഹാസത്തിന്റെ പുനരാവിഷ്കാരങ്ങളും ഉൾപ്പെടുന്നു.

ഒന്നാം ലോകമഹായുദ്ധസമയത്ത്, ബ്രിട്ടീഷ് സൈനികരുടെ പിൻവാങ്ങലിൽ വിശുദ്ധ ജോർജ്ജ് പ്രത്യക്ഷപ്പെടുകയും അവരെ സഹായിക്കുകയും ചെയ്തുവെന്ന് വിശ്വസിക്കപ്പെടുന്നു. ഒന്നാം ലോകമഹായുദ്ധത്തിൽ നഷ്ടപ്പെട്ട സൈനികരുടെ പല സ്മാരകങ്ങളിലും വിശുദ്ധ ജോർജിന്റെ ചിത്രമുണ്ട്.

നാലാം നൂറ്റാണ്ടിന്റെ അവസാനത്തോടെ, പലസ്തീനിലും കിഴക്കൻ ബൈസന്റൈൻ സാമ്രാജ്യത്തിലും വിശുദ്ധ ജോർജ്ജ് ആദരിക്കപ്പെട്ടു. അഞ്ചാം നൂറ്റാണ്ടോടെ അദ്ദേഹത്തോടുള്ള ഭക്തി പാശ്ചാത്യ റോമൻ സാമ്രാജ്യത്തിലേക്കും വ്യാപിച്ചു.

പരിശുദ്ധന്മാരുടെ പട്ടികയനുസരിച്ച് കത്തോലിക്കാ സഭ, പൗരസ്ത്യ ഓർത്തഡോക്സ് സഭകൾ, ഓറിയന്റൽ ഓർത്തഡോക്സ് സഭകൾ, ആംഗ്ലിക്കൻ സഭ എന്നിവയുൾപ്പെടെയുള്ള ക്രിസ്തീയ വിഭാഗങ്ങളിൽ ഏറ്റവുമധികം മഹത്വപ്പെടുത്തുന്ന വിശുദ്ധന്മാരിൽ ഒരാളാണ് വിശുദ്ധ ഗീവറുഗീസ്സ് സഹദ.

ഓർത്തഡോക്സ് സഭ

ഓർത്തഡോക്സ് സഭ വിശുദ്ധരെ "ദൈവത്തിന്റെ സുഹൃത്തുക്കൾ" ആയി ബഹുമാനിക്കുന്നു. ഓർത്തഡോക്സ് വിശ്വാസമനുസരിച്ച്, മനുഷ്യന്റെ ലക്ഷ്യം ദൈവത്തെ അനുകരിക്കുകയും വിശുദ്ധീകരണത്തിന്റെ ജീവിതം നയിക്കുകയും ചെയ്യുക എന്നതാണ്.

1 തിമൊ. 6:12 - "വിശ്വാസത്തിന്റെ നല്ല പോർ പൊരുതുക; നിത്യജീവനെ പിടിച്ചുകൊൾക; അതിന്നായി നീ വിളിക്കപ്പെട്ടു അനേകം സാക്ഷികളുടെ മുമ്പാകെ നല്ല സ്വീകാരം കഴിച്ചുവല്ലോ".

2 തിമൊ. 4:7 - "ഞാൻ നല്ല പോർ പൊരുതി, ഓട്ടം തികെച്ചു, വിശ്വാസം കാത്തു".

ലൗകിക ജീവിതത്തിലും ദൈനംദിന മന:പരിവർത്തന-ത്തിലൂടെയും ബലഹീനതകൾക്കെതിരായ നിരന്തരമായ ആത്മീയ

പോരാട്ടം നടത്തിക്കൊണ്ടിരിക്കുക. അതുപോലെതന്നെ യഥാർത്ഥ ഭക്തിയോടെ ദൈവ കല്പനകളെ അനുസ്സരിക്കുക. തങ്ങളുടെ വിശുദ്ധമായ ശരീരംകൊണ്ടും ആത്മാവുകൊണ്ടും ദൈവത്തെ പ്രസാദിപ്പിക്കുക.

ഇത്തരത്തിൽ ജീവിച്ചു നിത്യജീവനിലേക്ക് കടന്നതിനുശേഷം അവർ ദൈവീക ശ്രേണിയിൽ അംഗീകരിക്കപ്പെടുകയും വിശുദ്ധരായി ആരാധിക്കപ്പെടുകയും ചെയ്യുന്നു. ദൈവത്തോട് അപേക്ഷിക്കുന്നവരുടെ മധ്യസ്ഥത വഹിക്കാനും വിശുദ്ധന്മാർക്ക് പ്രത്യേകമായ പ്രാധാന്യം ഓർത്തഡോക്സ് ക്രിസ്ത്യാനി സമൂഹം നല്കി വരുന്നു.

ഗ്രീക്ക് ഓർത്തഡോക്സ്

ഗ്രീക്ക് ഓർത്തഡോക്സ് സഭ അദ്ദേഹത്തെ **"വലിയ സഹദാ"** എന്നു വിശേഷിപ്പിക്കുന്നു. കുസ്തന്തീനോപ്പോലീസിൽ ഒരു കാലത്ത് അഞ്ചോ, ആറോ ദേവാലയങ്ങൾ ഇദ്ദേഹത്തിന്റെ നാമത്തിൽ ഉണ്ടായിരുന്നതായി സാക്ഷ്യപ്പെടുത്തിയിട്ടുണ്ട്. അവയിൽ ഏറ്റവും പഴക്കമുള്ള ദേവാലയം കുസ്തന്തീനോസ് ചക്രവർത്തി തന്നെ നിർമ്മിച്ചതായി പറയപ്പെടുന്നു.

റോമൻ കാത്തലിക്

പൗരസ്ത്യപാശ്ചാത്യ സഭാപാരമ്പര്യങ്ങളിൽ എല്ലാം ഇദ്ദേഹം സ്ഥാനം പിടിക്കുന്നു. മാത്രമല്ല, ഇദ്ദേഹത്തിന്റെ ഓർമ്മ തിരുനാൾ കിഴക്കും പടിഞ്ഞാറുമുള്ള എല്ലാ കത്തോലിക സഭകളും ആചരിക്കുകയും ചെയ്യുന്നു.

ആയിരത്തിൽ പരം വിശുദ്ധന്മാരുടെ പട്ടികയിൽ സെന്റ് ജോർജ്ജിന്റെ പേരും ഉൾപ്പെടുത്തിയിട്ടുണ്ട്. ചരിത്രത്തിൽ ലിസ്റ്റുചെയ്തിരിക്കുന്ന നിരവധി പേരുകളിൽ ഒന്നായിരുന്നു സെന്റ് ജോർജ്ജ്.

കൂടാതെ "മനുഷ്യർക്കിടയിൽ ന്യായമായി ബഹുമാനിക്കപ്പെടുന്ന പേരുകൾ, എന്നാൽ അവരുടെ പ്രവർത്തനങ്ങൾ ദൈവത്തിന് മാത്രം അറിയാവുന്ന" വിശുദ്ധന്മാരിൽ ഒരാളാണ് ജോർജ്ജ് എന്ന് **പോപ്പ് ജെലാസിയസ്** അവകാശപ്പെടുകയും അദ്ദേഹത്തെ വിശുദ്ധനാക്കുകയും ചെയ്തു.

ഓറിയന്റൽ ഓർത്തഡോക്സ്

ഓറിയന്റൽ ഓർത്തഡോക്സ്സായി കണക്കാക്കപ്പെടുന്ന ആറ് ക്രിസ്ത്യൻ പള്ളികളുണ്ട്: അർമേനിയൻ, എത്യോപ്യൻ, സിറിയൻ, ഇന്ത്യൻ, എറിട്രിയൻ, കോപ്റ്റിക്. ഈ ആറ് പേർക്കും പൗരസ്ത്യ യാഥാസ്ഥിതികതയുമായോ മറ്റ് ക്രിസ്തുമതവുമായോ യോജിക്കാത്ത വിശ്വാസങ്ങളുണ്ട്. സെന്റ് ജോർജിനെ പൗരസ്ത്യ ഓർത്തഡോക്സ് സഭ വളരെയധികം ബഹുമാനിക്കുന്നു, അദ്ദേഹത്തെ **"മഹാ രക്തസാക്ഷി"** എന്ന് വിളിക്കുന്നു. കൂടാതെ ഓറിയന്റൽ ഓർത്തഡോക്സിൽ മൊത്തത്തിൽ . പ്രധാന തിരുനാൾ ഏപ്രിൽ 23-നാണ് നിലവിൽ ഗ്രിഗോറിയൻ കലണ്ടർ 6 മെയ്..

ഈസ്റ്റ് ചർച്ച്

ഈസ്റ്റ് ചർച്ചിന്റെ ദൈവശാസ്ത്രം കർശനമായി ബൈബിളിനെ അടിസ്ഥാനമാക്കിയുള്ളതാണ് . ഇത് അപ്പോസ്തോലികവും കത്തോലിക്കവുമാണ്, അതിന്റെ ചരിത്രത്തിലുടനീളം മാറ്റമില്ലാതെ തുടരുന്നു. പരിശുദ്ധ ത്രിത്വത്തെക്കുറിച്ചുള്ള അതിന്റെ സിദ്ധാന്തം അതിനെ പ്രതിനിധീകരിച്ചിരുന്ന കൗൺസിൽ ഓഫ് നൈസിയയുടെ തത്ത്വവുമായി പൊരുത്തപ്പെടുന്നതാണ്. നിസീൻ വിശ്വാസ പ്രമാണത്തിൽ പ്രതിപാദിച്ചിരിക്കുന്ന സാർവത്രിക സഭയുടെ വിശ്വാസത്തെ അടിസ്ഥാനമാക്കിയുള്ളതാണ് ചർച്ച് ഓഫ് ദി ഈസ്റ്റിന്റെ പഠിപ്പിക്കൽ. പരിശുദ്ധ ത്രിത്വത്തിന്റെ രഹസ്യവും അവതാരത്തിന്റെ രഹസ്യവും അതിന്റെ അധ്യാപനത്തിന്റെ കേന്ദ്രമാണ്. സഭ ഏക ത്രിയേക ദൈവത്തിൽ വിശ്വസിക്കുന്നു: പിതാവ്, പുത്രൻ, പരിശുദ്ധാത്മാവ് .

ആംഗ്ലിക്കന്‍ കൂട്ടായ്മ

വിശ്വാസം, യുക്തി, പാരമ്പര്യം എന്നീ മൂന്ന് തൂണുകളിലാണ് ആംഗ്ലിക്കന്‍ കൂട്ടായ്മ നിലനില്‍ക്കുന്നതെന്ന് പറയപ്പെടുന്നു. ആംഗ്ലിക്കനിസത്തിന്റെ അതുല്യമായ ശക്തി വിശ്വാസത്തിന്റെ ഈ മൂന്ന് വശങ്ങളും സന്തുലിതമായി നിലനിര്‍ത്തുന്നു. വിശുദ്ധരുടെ അനുസ്മരണത്തില്‍, തങ്ങളുടേതും തുടര്‍ന്നുള്ള തലമുറകള്‍ക്കും പ്രചോദനം നല്‍കിയ പ്രത്യേക വ്യക്തികളുടെ ജീവിതത്തില്‍ ക്രിസ്തുവിന്റെ വിജയം സഭ ആഘോഷിക്കുന്നു. അതുപോലെതന്നെ വിശുദ്ധരുടെ അനുസ്മരണം എല്ലായ്പ്പോഴും ആംഗ്ലിക്കന്‍ പാരമ്പര്യത്തിന്റെ ഭാഗമാണ്. അക്കൂട്ടത്തില്‍ സെന്റ് ജോര്‍ജ്ജിന്റെ അനുസ്മരണവും പ്രത്യേകം ശ്രദ്ധേയമാണ്.

ലൂഥറനിസം

16-ആം നൂറ്റാണ്ടിലെ ജര്‍മ്മന്‍ സന്യാസിയും പരിഷ്കര്‍ത്താവുമായ മാര്‍ട്ടിന്‍ ലൂഥറിന്റെ ദൈവശാസ്ത്രവുമായി പ്രാഥമികമായി തിരിച്ചറിയുന്ന പ്രൊട്ടസ്റ്റന്റിസത്തിന്റെ ഒരു പ്രധാന ശാഖയാണ് ലൂഥറനിസം,

വിശുദ്ധരുടെ അനുസ്മരണത്തില്‍, തങ്ങളുടെയും തുടര്‍ന്നുള്ള തലമുറകളെയും പ്രചോദിപ്പിച്ച സെന്റ് ജോര്‍ജ്ജിനെപ്പോലുള്ള പ്രത്യേക വിശുദ്ധന്മാരുടെ വിജയം സഭ ആഘോഷിക്കുന്നു.

വിശുദ്ധരുടെ അനുസ്മരണം എല്ലായ്പ്പോഴും ആംഗ്ലിക്കന്‍ പാരമ്പര്യത്തിന്റെ ഭാഗമാണ്, നൂറ്റാണ്ടുകളായി പരിണമിച്ചു വന്നതാണ്.

ഉമ്പണ്ട

1930-കളില്‍ റിയോ ഡി ജനീറോയില്‍ ഉയര്‍ന്നുവന്ന ഒരു ആരാധനാക്രമമാണ് ഉമ്പണ്ട, ആഫ്രിക്കന്‍ കൈവശമുള്ള മതത്തെ കത്തോലിക്കാ മതം, നിഗൂഢത, അലന്‍ കാര്‍ഡെക് ആത്മീയത എന്നിവയുമായി സംയോജിപ്പിക്കുന്നു. ഇതിന് നിരവധി പ്രാദേശിക സ്വാധീനമുണ്ട്. പ്രധാനമായും സ്പിരിറ്റിസത്തില്‍ നിന്ന്

ഉരുത്തിരിഞ്ഞതാണ് ഈ മതം. ഇതിന്റെ അനുയായികളെ ഉമ്പാൻഡിസ്റ്റസ് എന്ന് വിളിക്കുന്നു. ഉബണ്ട പോലെയുള്ള നിരവധി ആഫ്രോ-ബ്രസീലിയൻ മതങ്ങളിലും സെന്റ് ജോർജ്ജ് ആദരിക്കപ്പെടുന്നു,

ഡ്രൂസ് വിശ്വാസം

ക്രിസ്തീയ സ്വാധീനം ഡ്രൂസ് വിശ്വാസത്തിൽ ചെലുത്തിയതോടെ രണ്ടു വിശുദ്ധന്മാർ ഡ്രൂസിന്റെ ആദരണീയരായി മാറി. ഒന്ന് സെന്റ് ജോർജ്ജും രണ്ടാമത്തേത് സെന്റ് ഏലിയായും. ഡ്രൂസും ക്രിസ്തിയാനികളും വസിക്കുന്ന സ്ഥലങ്ങളിൽ ഒന്നുകിൽ ക്രിസ്ത്യൻ പള്ളിയോ അല്ലെങ്കിൽ ഡ്രൂസ് മഖാമോ (മഖാം) എന്നത് അറബിക്കാണ്. മുസ്ലീം ആരാധനാലയം എന്നർത്ഥം.

അൽ-ഖിദ്റുമായി പലപ്പോഴും തിരിച്ചറിയപ്പെടുന്ന വിശുദ്ധ ജോർജിനോടുള്ള ബഹുമാനം, ഡ്രൂസ് സംസ്കാരത്തിന്റെയും മതപരമായ ആചാരങ്ങളുടെയും വിവിധ വശങ്ങളിലേക്ക് ആഴത്തിൽ സമന്വയിപ്പിച്ചിരിക്കുന്നു. ഡ്രൂസ് സമൂഹത്തിന്റെ സംരക്ഷകനായും അവരുടെ ശാശ്വതമായ വിശ്വാസത്തിന്റെയും സഹിഷ്ണുതയുടെയും പ്രതീകമായും അദ്ദേഹം കാണപ്പെടുന്നു. കൂടാതെ, ഡ്രൂസ് പാരമ്പര്യത്തിൽ സെന്റ് ജോർജ്ജ് ഒരു സംരക്ഷകനും രോഗശാന്തിക്കാരനുമായി കണക്കാക്കപ്പെടുന്നു. മിക്ക ഡ്രൂസ് മതപരമായ ആചാരങ്ങളും രഹസ്യമായി സൂക്ഷിക്കുന്നു. പുറത്തു നിന്നുള്ളവരെ അവരുടെ മതത്തിലേക്ക് പരിവർത്തനം ചെയ്യാൻ ഡ്രൂസ് അനുവദിക്കുന്നില്ല.

ത്വടർച്ചയായ പുനർജന്മങ്ങളിലൂടെ കൈവരിക്കുന്ന പുനർജന്മ ചക്രത്തിന്റെ അവസാനത്തിൽ, ആത്മാവ് കോസ്മിക് (പ്രാപഞ്ചിക) മനസ്സുമായി ഐക്യപ്പെടുന്നുവെന്ന് ഡ്രൂസ് വിശ്വസിക്കുന്നു.

ഇസ്ലാം

ഇസ്ലാമിക സ്രോതസ്സുകളിൽ ജോർജ്ജിനെ പ്രവാചകൻ എന്നാണ് വിശേഷിപ്പിക്കുന്നത്. ബൈബിളിലെയും ഖുറാനിലെയും മറ്റ് പുരാതന പുരാണ നായകന്മാരെയും സംയോജിപ്പിച്ചുള്ള അദ്ദേഹത്തിന്റെ സംയുക്ത വ്യക്തിത്വം കാരണം ജോർജ്ജിനെ ചില മുസ്ലീങ്ങളും ആരാധിക്കുന്നു .

സെന്റ് ജോർജ്ജ് (അൽ-ഖാദർ) എന്നും അറിയപ്പെടുന്നു. ഫെസ്റ്റ് ഓഫ് സെന്റ് ജോർജ് പലസ്തീനിയൻ അറബിക് ഭാഷയിൽ മാർ ജെറീസ് അല്ലെങ്കിൽ ജിർജീസ്, അൽ-ഖാദർ എന്നറിയപ്പെടുന്ന സെന്റ് ജോർജ്ജിനെ അനുസ്മരിക്കുന്ന ഒരു ഫലസ്തീനിയൻ അവധിയാണ്. എല്ലാ വർഷവും മെയ് 5 നാണ് ഈ വിരുന്ന് നടക്കുന്നത്. ഇത് യഥാർത്ഥത്തിൽ ഒരു പ്രാദേശിക ക്രിസ്ത്യൻ അവധിയാണെങ്കിലും, പലസ്തീൻ ക്രിസ്ത്യാനികളും മുസ്ലീങ്ങളും പങ്കെടുക്കുന്നു.

ലെവന്റ്

വിശുദ്ധനും പ്രവാചകനുമായി ജോർജ്ജ് മിഡിൽ ഈസ്റ്റിലുടനീളം പ്രശസ്തനാണ്. ഒരുപക്ഷെ തന്റെ ഔദ്യോഗിക ജീവിതത്തിന്റെ ഭാഗമായി സന്ദർശിച്ചിട്ടുള്ള രാജ്യങ്ങളിൽ സെന്റ് ജോർജ്ജ് ക്രിസ്തുവിനെക്കുറിച്ച് ബോധവാന്മാരാക്കുകയും അവരെ ക്രിസ്തീയ മാർഗ്ഗത്തിലേക്കു നയിച്ചതുകൊണ്ടും ആയിരിക്കാം വിശുദ്ധനെ ഇതര ക്രിസ്തിയാനി സമൂഹവും അതുപോലെതന്നെ മുസ്ലീമുകളും അദ്ദേഹത്തെ ആരാധിക്കുന്നതും അതുപോലെതന്നെ ഒരു പ്രവാചകനായും കണക്കാക്കുന്നത്. പല മതങ്ങളിലെയും പുരാതന നായകന്മാരുടെയും ഒരു സംയുക്ത വ്യക്തിത്വം സെന്റ് ജോർജ്ജിൽ ഉള്ളതുകൊണ്ടാണ് ലെബനീസ്, ഇസ്രായേൽ, പാലസ്തീൻ, സിറിയ തുടങ്ങിയ രാജ്യങ്ങളുടെയും രക്ഷാധികാരിയായി സെന്റ് ജോർജ്ജിനെ കാണുന്നതും.

ബെത്ലഹേമിന് സമീപമുള്ള ബെയ്റ്റ് ജലാ ഗ്രാമത്തിലെ ഒരു ദേവാലയം ജോർജ്ജിന്റെ ജന്മസ്ഥലമായി ക്രിസ്ത്യാനികളും ഏലിയാസ് പ്രവാചകന്റെ ശ്മശാന സ്ഥലമായി യഹൂദന്മാരും ഇതിനെ കണക്കാക്കിയിരുന്നു. അക്കാലത്ത് അവിടം ഒരുതരം ഭ്രാന്താലയമായിരുന്നു. ഇതര വിശ്വാസങ്ങളിലെയും മാനസ്സിക വികലതയുള്ള വ്യക്തികളെ അവിടേക്ക് കൊണ്ടുപോയി ചാപ്പലിന്റെ മുറ്റത്ത് ചങ്ങലയിൽ ബന്ധിച്ചിടുമായിരുന്നു. നാല്പത് ദിവസത്തോളം അവരെ അവിടെ ഭക്ഷണമെല്ലാം നൽകി പാർപ്പിക്കും. തുടർന്ന് സ്ഥാപനത്തിന്റെ തലവനായ ഈസ്റ്റേൺ ഓർത്തഡോക്സ് പുരോഹിതൻ അവരുടെ മേൽ സുവിശേഷം വായിക്കുന്നു. എന്നിട്ടും സുബോധത്തിലേക്ക് മടങ്ങാത്തവരെ ചാട്ടവാറ് കൊണ്ട് അടിക്കുന്നു. വളരെ മാനസ്സിക വികലതയുള്ളവർക്ക് വലിയ ആശ്രയ കേന്ദ്രമാണ് ഇന്നും അവിടം. ഇതര മതസ്ഥർ സമുദായങ്ങളും ഇപ്പോഴും ദേവാലയം സന്ദർശിക്കുകയും ഒരുമിച്ച് പ്രാർത്ഥിക്കുകയും ചെയ്തുവരുന്നു.

⤙⤜⤛⤚

16
പെരുന്നാൾ ദിനങ്ങൾ

ഇംഗ്ലണ്ട്

സെൻന്റ് ജോർജ്ജ് ട്യൂഡർ കാലഘട്ടത്തിൽ ഇംഗ്ലണ്ടിന്റെ രക്ഷാധികാരി എന്ന നിലയിൽ പ്രശസ്തിയിലേക്ക് ഉയർന്നു, സെൻന്റ് ജോർജ്ജ് ദിനം സാധാരണയായി എല്ലാ വർഷവും ഏപ്രിൽ 23 ന് ഇംഗ്ലണ്ടിൽ ആഘോഷിക്കപ്പെടുന്നു.

ഇംഗ്ലീഷ് നവീകരണം കലണ്ടറിലെ വിശുദ്ധരുടെ ദിനങ്ങൾ കർശനമായി വെട്ടിക്കുറച്ചപ്പോൾ, തുടർന്നും ആചരിക്കുന്ന അവധി ദിവസങ്ങളിൽ ഒന്നാണ് സെൻന്റ് ജോർജ്ജ് ദിനം.

സ്പെയിൻ

അൽകോറാസ് യുദ്ധത്തിൽ അരഗോണിലെ പീറ്റർ ഒന്നാമൻ രാജാവ് വിജയിച്ചതിന് ശേഷം സെന്റ് ജോർജ്ജ് നിരവധി സ്പാനിഷ് മുനിസിപ്പാലിറ്റികളുടെ രക്ഷാധികാരിയായി. ഐതിഹ്യമനുസരിച്ച്, ക്രിസ്ത്യൻ സൈന്യത്തിന്റെ എണ്ണം വളരെ കൂടുതലായിരുന്നു. ഉപരോധിച്ച മൂറുകൾക്കെതിരായ അവരുടെ സാധ്യതകൾ പ്രതീക്ഷ നൽകുന്നതായിരുന്നില്ല. എന്നിരുന്നാലും, സെന്റ് ജോർജ്ജ് ക്രിസ്ത്യൻ സൈന്യത്തിന് മുന്നിൽ പ്രത്യക്ഷപ്പെട്ടപ്പോൾ അവർ തങ്ങളുടെ വിശുദ്ധ ദൗത്യത്തിൽ ഉത്തേജിപ്പിക്കപ്പെടുകയും പ്രചോദിപ്പിക്കപ്പെടുകയും ചെയ്തു വിജയികളായി ഉയർന്നു ഹ്യൂസ്ക നഗരം തിരിച്ചുപിടിച്ചു. രാജ്യത്തെ മറ്റ് ക്രിസ്ത്യൻ സൈന്യങ്ങളെ അവരുടെ ഏറ്റവും വലിയ ആവശ്യസമയത്ത് സെന്റ് ജോർജ്ജ് സമാനമായി സഹായിച്ചതിന്റെ കഥകൾ പറയുന്നു

അതിനുശേഷം, ഓരോ പ്രദേശവും ബഹുമാനിക്കപ്പെടുന്ന രക്ഷാധികാരിയെ ആഘോഷിക്കുന്നതിന് അതിന്റേതായ

സവിശേഷമായ വഴികൾ വികസിപ്പിച്ചെടുത്തിട്ടുണ്ട്. സ്പെയിനിന്റെ വടക്ക് ഭാഗത്തുള്ള പഴയ കിംഗ്ഡം ഓഫ് അരഗോണിൽ, ഏപ്രിൽ 23 വിജയത്തിന്റെ ആഘോഷമായി കണക്കാക്കപ്പെടുന്നു.

ജർമ്മനി

ജർമ്മൻ സംസ്ഥാനമായ ബവേറിയയിൽ, സെന്റ് ജോർജ്ജ് ദിനം ഏപ്രിൽ 23-ന് ജോർഗിരിറ്റിനൊപ്പം (ജോർജ് റൈഡ്) ആഘോഷിക്കുന്നു. കുതിരകളെയും വണ്ടികളെയും ശോഭയുള്ള നിറങ്ങളാൽ അലങ്കരിക്കുകയും പ്രാദേശിക പള്ളികൾക്ക് ചുറ്റും പരേഡ് നടത്തുകയും ചെയ്യുന്നു, അതേസമയം കുതിരകളെയും സവാരിക്കാരെയും അനുഗ്രഹിക്കുന്ന ഒരു സേവനം നടക്കുന്നു. പള്ളി ശുശ്രൂഷകൾ അവസാനിച്ചുകഴിഞ്ഞാൽ, ആഘോഷങ്ങൾ തുടരുന്നു, റൈഡർമാർ വിവിധ തരത്തിലുള്ള മത്സരങ്ങളിൽ പങ്കെടുക്കുന്നു.

ബ്രസീൽ

ജർമ്മനിയെപ്പോലെ, ബ്രസീലിയൻ ആർമി കുതിരപ്പടയുടെ രക്ഷാധികാരിയെ ബഹുമാനിക്കുന്നതിനായി ബ്രസീലും കുതിരപ്പുറത്ത് സെന്റ് ജോർജ്ജ് ദിനം ആഘോഷിക്കുന്നു. പ്രാർത്ഥനയുടെ സമയത്തിനുശേഷം ആഘോഷങ്ങൾ ആരംഭിക്കുന്നു. ലൈറ്റ് ഷോകൾ, കരിമരുന്ന് പ്രകടനങ്ങൾ എന്നിവ നടക്കുന്നു.

ബൾഗേറിയ

മെയ് 6 ന് ആഘോഷിക്കുന്ന പൊതു അവധി ദേശീയ കലണ്ടറിലെ ഏറ്റവും വ്യാപകമായി ആഘോഷിക്കപ്പെടുന്ന ദിവസങ്ങളിലൊന്നാണ്. പല ബൾഗേറിയക്കാർക്കും, സെന്റ് ജോർജ്ജ് ദിനം പഴയതും പുതിയതുമായ പാരമ്പര്യങ്ങളുടെ മിശ്രിതത്തോടെയാണ് ആഘോഷിക്കുന്നത്. രാജ്യത്തുടനീളം സൈനിക പരേഡുകൾ നടക്കുന്നു, രക്ഷാധികാരിയുടെ ബഹുമാനാർത്ഥം കുടുംബങ്ങൾ ഒരു

ആട്ടിൻകുട്ടിയെ ബലിയർപ്പിക്കുകയയും പിന്നീട് ഒരു വസന്തകാല വിരുന്നിനായി വരുക്കുകയയും ചെയ്യും.

ബൾഗേറിയയിലെ സെന്റ് ജോർജ്ജ് ദിനത്തിൽ മാന്ത്രികവും പുരാതന അന്ധവിശ്വാസവും ഒരു വലിയ പങ്ക് വഹിക്കുന്നു, ചില പുറജാതീയ ആചാരങ്ങൾ കൂടുതൽ ആധുനിക ക്രിസ്ത്യാനികളുമായി ഇടകലർന്നു. ഇത് ഭാഗ്യത്തിന്റെ ദിവസമാണ്, ഈ ദിവസം ദോഷകരമായ മന്ത്രങ്ങൾ തകർക്കാൻ കഴിയുമെന്ന് വിശ്വസിക്കപ്പെടുന്നു. സെന്റ് ജോർജ്ജ് ആ ദിവസം പ്രഭാതത്തിലെ മഞ്ഞുവീഴ്ചയെ അനുഗ്രഹിക്കുമെന്നും വിശ്വസിക്കപ്പെടുന്നു, അതിനാൽ ആളുകൾ രാവിലെയുള്ള മഞ്ഞു തുള്ളികളിൽ കൈകളും മുഖവും കഴുകും.

പൗരസ്ത്യ ഓർത്തഡോക്സ് സഭ

പൗരസ്ത്യ ഓർത്തഡോക്സ് സഭയിൽ വളരെ ബഹുമാനിക്കുന്നു, അതിൽ അദ്ദേഹത്തെ **"മഹാ രക്തസാക്ഷി"** എന്നും ഓറിയന്റൽ ഓർത്തഡോക്സിൽ മൊത്തത്തിൽ വിളിക്കുന്നു. അദ്ദേഹത്തിന്റെ പ്രധാന തിരുനാൾ ഏപ്രിൽ 23-നാണ് (ജൂലിയൻ കലണ്ടർ ഏപ്രിൽ 23 നിലവിൽ ഗ്രിഗോറിയൻ കലണ്ടർ മെയ് 6 ന് തുല്യമാണ്).

റഷ്യൻ ഓർത്തഡോക്സ്

റഷ്യൻ ഓർത്തഡോക്സ് സഭയും ജോർജിന്റെ ബഹുമാനാർത്ഥം രണ്ട് അധിക വിരുന്നുകൾ ആഘോഷിക്കുന്നു. ഒന്ന്, നവംബർ 3-ന്, മഹാനായ കോൺസ്റ്റന്റെന്റെ ഭരണകാലത്ത് ലിദ്ദയിൽ അദ്ദേഹത്തിന് ബൾഗേറിയയിൽ മേയ് 6 ന് ജോർജ്ജ് ദിനം ആയി ആഘോഷിക്കുന്നു.

സെർബിയൻ ഓർത്തഡോക്സ്

സെർബിയയിലും ബോസ്നിയയിലും ഹെർസഗോവിനയിലും, സെർ ബിയൻ ഓർത്തഡോക്സ് സഭ ജോർജിനെ സ്വെറ്റി ജോർജിജെ

എന്നാണ് വിളിക്കുന്നത്. ജോർജ്ജ് ദിനം മെയ് 6 ന് ആഘോഷിക്കപ്പെടുന്നു. ഇത് വംശീയ സെർബുകൾക്കിടയിൽ ഒരു സധാരണ രക്ഷാധികാരി ദിനം ആണ്. പൊതു സെർബിയൻ വംശപരമ്പരയും സംസ്കാരവും ചരിത്രവും ഭാഷയും പങ്കിടുന്ന തെക്കു കിഴക്കൻ യൂറോപ്പിൽ നിന്നുള്ള ഒരു ദക്ഷിണ സ്ലാവിക് വംശീയ വിഭാഗമാണ് സെർബുകൾ.

കോപ്റ്റിക് ഓർത്തഡോക്സ്

ഈജിപ്തിൽ, അലക്സാണ്ട്രിയയിലെ കോപ്റ്റിക് ഓർത്തഡോക്സ് ചർച്ച് സെന്റ് ജോർജ്ജിനെ ആരാധിക്കുന്നു. കോപ്റ്റിക് കലണ്ടറിലെ 23 -)o തീയതി, മെയ് 1 - ന് തുല്യമാണ്. കോപ്റ്റിക് കലണ്ടറിലെ ഹാത്തൂർ മാസത്തിലെ ഏഴാം തീയതി സാധാരണയായി നവംബർ 17 ന് അദ്ദേഹത്തിനായി സമർപ്പിക്കപ്പെട്ട ആദ്യത്തെ പള്ളിയുടെ കൂദാശയും കോപ്റ്റുകൾ ആഘോഷിക്കുന്നു.

മുകളിൽ പറഞ്ഞവ കൂടാതെ വിവിധ ക്രിസ്തീയ സഭകളിൽ വിശുദ്ധനെ ആരാധിക്കുകയും രക്തസാക്ഷിത്വ ദിനം കൊണ്ടാടുകയും ചെയ്യുന്നു.

17
വിശുദ്ധ ഗീവറുഗീസ് സഹദയുടെ നാമത്തിലുള്ള വിവിധ പള്ളികൾ

പൗരസ്ത്യപാശ്ചാത്യ സഭാപാരമ്പര്യങ്ങളിൽ വിശുദ്ധ സഹദ സ്ഥാനം പിടിക്കുന്നു. മാത്രമല്ല, ഇദ്ദേഹത്തിന്റെ ഓർമ്മ തിരുനാൾ കിഴക്കും പടിഞ്ഞാറുമുള്ള എല്ലാ കത്തോലിക സഭകളും ആചരിക്കുകയും ചെയ്യുന്നു.

ഇന്ത്യയിലെ വിശുദ്ധ ഗീവറുഗീസ് സഹദായുടെ പ്രധാന തീർത്ഥാടന കേന്ദ്രങ്ങൾ കോട്ടയം ജില്ലയിലെ പുതുപ്പള്ളി, അരുവിത്തുറ, ഇടപ്പള്ളി എന്നിവയാണ് . പുതുപ്പള്ളി സെന്റ് ജോർജ്ജ് പള്ളിയിൽ എല്ലാ വർഷവും മെയ് ആദ്യവാരം സെന്റെ ജോർജിന്റെ വാർഷിക തിരുനാൾ ആഘോഷിക്കുന്നു. പള്ളി അങ്കണത്തിൽ (വെച്ചൂട്ട്) തീർഥാടകർക്ക് വിളമ്പുന്ന ഉച്ചഭക്ഷണം ശ്രദ്ധേയമാണ്. പള്ളിയുടെ സ്വർണ്ണക്കുരിശും വഹിച്ചുകൊണ്ടുള്ള വർണ്ണാഭമായ ആചാരപരമായ ഘോഷയാത്ര, കരിമരുന്ന് പ്രയോഗം എന്നിവയാണ് പെരുന്നാളിന്റെ പ്രധാന ആകർഷണം.

എല്ലാ വർഷവും ഏപ്രിൽ 27 മുതൽ മെയ് 14 വരെ എടത്വായിൽ വിശുദ്ധനെ അനുസ്മരിക്കുന്നു. പാമ്പുകളെ തുരത്തുന്നതിനും മാനസിക രോഗങ്ങൾ ഭേദമാക്കുന്നതിനും എടത്വായിലെ വിശുദ്ധ ഗീവറുഗീസ് സഹദയോടുള്ള മാധ്യസ്ഥം ഫലപ്രദമാണെന്ന് വിശ്വസിക്കപ്പെടുന്നു.

ഇടപ്പള്ളി സെന്റ് ജോർജ്ജ് പള്ളിയിലെ കോഴി നേർച്ച വളരെ പ്രസിദ്ധമാണ്. അർത്തുങ്കൽ, പുതുപ്പള്ളി, അങ്കമാലി അതുപോലെതന്നെ കേരളത്തിലെ മിക്ക സെന്റ് ജോർജ്ജ് പള്ളികളിലും പെരുന്നാൾ ദിനത്തോടനുബന്ധിച്ച് നേർച്ചയായി പാകം ചെയ്ത കോഴിക്കറി പള്ളി അങ്കണത്തിൽ തന്നെ വിരുന്നിനൊപ്പം

വിളമ്പുന്നു. വിശുദ്ധൻ വിശ്വാസികളുടെ വഴിപാട് സ്വീകരിക്കുമെന്നും പാമ്പുകളിൽ നിന്നും മറ്റ് ഇഴജന്തുക്കളിൽ നിന്നും സംരക്ഷണം നൽകുമെന്നും ആളുകൾ ഉറച്ചു വിശ്വസിക്കുന്നു.

കേരളത്തിൽ പാമ്പുകടിയേറ്റു മരിക്കുന്നവരുടെ എണ്ണം കൂടുതലായതിനാൽ സർപ്പ നിഗ്രഹത്താൽ പ്രസിദ്ധനായ സെന്റ് ജോർജ്ജ് വളരെ വേഗം ജനപ്രീതി നേടി. മലയാറ്റൂർ പള്ളിയിലെത്തുന്ന തമിഴ്‌നാട്ടിൽ നിന്നുള്ള വിശ്വാസികൾ സെന്റ് ജോർജ്ജിന്റെ തിരുനാളിലും പങ്കെടുത്തിരുന്നു. ജാതിമത ഭേദമെന്യേ, സർവ്വരാലും സഹദാ ആദരിക്കപ്പെടുന്നു. അദ്ദേഹത്തിന്റെ മധ്യസ്ഥത തേടുന്നവർ ലക്ഷക്കണക്കായി ഉയർന്നിട്ടുണ്ട്.

പാമ്പ് കോഴിയുടെ പ്രധാന ശത്രുവായതിനാൽ കോഴികൾ, മുട്ടകൾ, വെള്ളിയിൽ നിർമ്മിച്ച കോഴികൾ എന്നിവ വിശുദ്ധന്റെ വഴിപാടായി അർപ്പിച്ചിരുന്നു. പാമ്പുകളുടെ ആക്രമണം തടയാൻ കോഴികളെ അർപ്പിക്കുന്ന സമ്പ്രദായം ഇപ്പോഴും തുടരുന്നു. കോഴികളെ പള്ളിയിൽ ലേലം ചെയ്യുകയും ആരാധകർ അത് നല്ല തുകയ്ക്ക് ലേലം കൊള്ളുകയും ചെയ്യുന്നു.

മറ്റുചിലർ മുട്ടകൾ, മനുഷ്യരുടെ പ്രതിമകൾ, സ്വർണ്ണം, വെള്ളി, വെങ്കലം എന്നിവകൊണ്ട് നിർമ്മിച്ച മനുഷ്യ ശരീരഭാഗങ്ങൾ, പാമ്പുകളുടെയും മറ്റ് ഇഴജന്തുക്കളുടെയും പ്രതീകങ്ങൾ, സ്വർണ്ണം, വെള്ളി ആഭരണങ്ങൾ മുതലായവ സമർപ്പിക്കുന്നു.

വെടി നേർച്ച, ശൂലം എഴുന്നള്ളിക്കൽ, അടിമ, മുതലായവയാണ് മറ്റ് ചടങ്ങുകൾ. മതത്തിന്റെയും ജാതിയുടെയും വേലിക്കെട്ടുകൾ മുറിച്ചുകടന്ന് പതിനായിരക്കണക്കിന് ആളുകൾ തങ്ങളുടെ സ്വർഗീയ രക്ഷാധികാരിയുടെ മധ്യസ്ഥതയിൽ സമാധാനവും ആശ്വാസവും തേടിയെത്തുന്നു.

കേരളത്തിൽ വിശുദ്ധന്റെ വിശ്വാസം

ജോർജ്ജ് എന്ന ഗ്രീക് പദത്തിൽ നിന്നാണ് ഗീവറുഗീസ് എന്ന പൊതുനാമം ഉരുത്തിരിഞ്ഞു വന്നത്. കേരളത്തിലെ പള്ളികൾക്ക് പൊതുവെ സെന്റ് ജോർജ്ജ് പള്ളികൾ എന്നാണ് അറിയപ്പെടുന്നത്.

മിഷനറിമാരാണ് സെന്റ് ജോർജ്ജിന്റെ ചരിത്രം കേരളത്തിൽ എത്തിച്ചത് എന്നും. സെന്റ് ജോർജ്ജ് സിറിയ, പേർഷ്യ, മുതലായവയിൽ വളരെ പ്രമുഖനായ രക്തസാക്ഷിയായിരുന്നതിനാൽ അവിടെ നിന്നുള്ള മിഷനറിമാർ കേരളം സന്ദർശിച്ചപ്പോൾ സെന്റ് ജോർജിന്റെ ആരാധനാക്രമം കൊണ്ടു വന്നതാകാനാണ് സാധ്യത എന്നും, വിശുദ്ധന്റെ തിരുശേഷിപ്പുകൾ 900-ൽ മാർഡിനിൽ നിന്ന് അന്ത്യോഖ്യയിലേക്ക് കൊണ്ടുവരികയും 1912-ൽ വട്ടശ്ശേരിൽ മാർ ദിവന്നാസിയോസ് അന്ത്യോക്യയിൽ നിന്ന് ഇന്ത്യയിലെ കേരളത്തിലേക്ക് കൊണ്ടുപോയി കുണ്ടറയിലെ ഓർത്തഡോക്സ് സെമിനാരിയിൽ സൂക്ഷിക്കുകയും ചെയ്തു എന്നും വിശ്വസിക്കുന്നു.

വിശ്വാസങ്ങൾ ഒരു വഴിക്കു പോകുമ്പോഴും ലോകമെമ്പാടും ആദരിക്കപ്പെടുന്ന ഒരു വീരപുരുഷനാണ് വിശുദ്ധ ഗീവർഗീസ്. തിന്മയ്ക്കെതിരെ പടപൊരുതിയ അദ്ദേഹം, തന്നെ ആശ്രയിക്കുന്നവർക്ക് നന്മയെ ആശ്ലേഷിക്കാനും അതിൽ ഉറച്ചുനിൽക്കാനും ശക്തി പ്രദാനം ചെയ്യുന്നു. ദുഷ്ടതക്കെതിരെ ഉയരുന്ന ഏതൊരു സമരത്തിന്റെയും പ്രതീകമായി അദ്ദേഹത്തെ കണക്കാക്കുന്നു.

വിശുദ്ധ ഗീവർഗീസിന്റെ നാമത്തിൽ നൂറുകണക്കിന് ദൈവാലയങ്ങളും സ്ഥാപനങ്ങളുമാണ് കേരളത്തിലുള്ളത്. സ്കൂളുകൾ, കോളേജുകൾ, ആതുരാലയങ്ങൾ,സംഘടനകൾ, ക്ളബുകൾ, കലാ കായിക മേഖലകൾ അങ്ങനെ ആ വിശുദ്ധനാമം സ്വീകരിക്കുന്നവരുടെ സംഖ്യ എണ്ണിയാൽ ഒടുങ്ങുകയില്ല എന്നത് മറ്റൊരു വസ്തുതയാണ്.

കേരളത്തിൽ വിശുദ്ധന്റെ നാമംകൊണ്ട് പ്രസിദ്ധങ്ങളായ നിരവധി പള്ളികൾകൊണ്ട് കേരളം വളരെ അനുഗ്രഹീതമാണ്. ആ വിശുദ്ധനാമം സ്വീകരിക്കുന്നവരുടെ സംഖ്യ എണ്ണിയാലൊടുങ്ങുകയില്ല എന്നത് മറ്റൊരു വസ്തുതയാണ്.

കേരളത്തിൽ പുരാതനമായ പല ദേവാലയങ്ങളും സഹദായുടെ നാമത്തിൽ സ്ഥാപിക്കപ്പെട്ടിട്ടുള്ളവയാണ്. അവയിൽ പ്രമുഖമായ ഒന്നത്രേ പുതുപ്പള്ളി പള്ളി. പോർച്ചുഗീസുകാരുടെ ആഗമനത്തിനും മുമ്പു തന്നെ വിശുദ്ധ സഹദാ ഇവിടെ ആദരിക്കപ്പെട്ടിരുന്നു. പിന്നീടുണ്ടായ ലത്തീൻ സ്വാധീനം, ഗീവർഗീസ് സഹദായുടെ പ്രാധാന്യം വർദ്ധിക്കുവാൻ പ്രേരകമാവുകയും ചെയ്തു. ഇന്ന്, ജാതിമത ഭേദമെന്യേ സർവ്വരാലും സഹദാ ആദരിക്കപ്പെടുന്നു. അദ്ദേഹത്തിന്റെ മധ്യസ്ഥത തേടുന്നവർ പതിനായിരക്കണക്കായി ഉയർന്നിട്ടുണ്ട്.

വ്യക്തി നാമത്തിൽ വളരെയധികം അനുസ്മരിക്കുന്ന വിശുദ്ധനാണ് സെന്റ് ജോർജ്ജ്. ആ നിലയിൽ അദ്ദേഹത്തിന്റെ ജനപ്രീതി ലോകമെങ്ങും വ്യാപിക്കുന്നു. ദക്ഷിണേന്ത്യയിലെ അനേകം ക്രിസ്ത്യാനികൾക്കിടയിൽ, വർഗീസ് എന്ന പൊതുനാമം ജോർജിന്റെ സുറിയാനി രൂപത്തിൽ നിന്നാണ് ഉരുത്തിരിഞ്ഞത്.

ലോകമെമ്പാടും ആദരിക്കപ്പെടുന്ന ഒരു വീരപുരുഷനാണ് വിശുദ്ധ ഗീവർഗീസ്. തിന്മയ്ക്കെതിരെ പടപൊരുതിയ അദ്ദേഹം, തന്നെ ആശ്രയിക്കുന്നവർക്ക് നന്മയെ ആശ്ലേഷിക്കാനും അതിൽ ഉറച്ചുനിൽക്കാനും ശക്തി പ്രദാനം ചെയ്യുന്നു. ദുഷ്ടതക്കെതിരെ ഉയരുന്ന ഏതൊരു സമരത്തിന്റെയും പ്രതീകമായി വിശുദ്ധ സഹദായെ കണക്കാക്കാം.

<h1 style="text-align:center">18</h1>

കലകളും സെന്റ് ജോർജ്ജും

ലോകോത്തര നിലവാരമുള്ള സിനികൾ, നാടകങ്ങൾ, കഥാ പ്രസംഗങ്ങൾ ക്ളബുകൾ എന്നിങ്ങനെ നിരവധി കലാകായിക പ്രസ്ഥാനങ്ങൾ സെന്റ് ജോർജ്ജിനെ ബഹുമാനിക്കുന്നു.

കേരളീയ കലകളിലും സെന്റ് ജോർജ്ജിന്റെ സ്ഥാനം സ്തുത്യർഹമാണ്. അതിലൊക്കെ വിശുദ്ധ ഗീവറുഗീസ് സഹദായെക്കുറിച്ചുള്ള ജീവചരിത്രം കീർത്തന രൂപത്തിൽ പാടി അവതരിപ്പിക്കുന്നത് ജനങ്ങൾക്ക് ഏറെ ആസ്വാദ്യകരമാണ്.

മാർഗംകളി ഏറ്റവും പ്രചാരമുള്ള ക്രിസ്ത്യൻ കലാരൂപമാണ് മാർഗംകളി. പ്രധാനമായും സ്ത്രീകൾ ഒരു ഗ്രൂപ്പിൽ അവതരിപ്പിക്കുന്നു. അവർ താളബോധത്തോടുകൂടി ഓരോ ചുവടുകളും വെയ്ക്കുന്നു. പ്രകടനം വിജയകരമാക്കാൻ ചടുലത ഉണ്ടായിരിക്കുകയും വേണം. ഇത് പ്രധാനമായും ക്രിസ്ത്യൻ വിവാഹ ചടങ്ങുകളിലും പള്ളികളിലെ വിരുന്നുകളിലും അവതരിപ്പിക്കപ്പെടുന്നു.

ചവിട്ടു നാടകം ഈ കല രൂപംകൊണ്ടത് പോർച്ചുഗീസുകാരുടെ വരവിനു ശേഷമാണെന്ന് കരുതുന്നു. മധ്യ യൂറോപ്പിലെ നാടകങ്ങളുടെ ശൈലിയിലാണ് ഈ കലാരൂപം ചിട്ടപ്പെടുത്തിയിരിക്കുന്നത്. പല വിഖ്യാതമായ കഥകളിലും ചവിട്ടു നാടകത്തിൽ അവതരിപ്പിക്കുന്നു. പലകകൾ കൊണ്ടാണ് ഇതിന്റെ സ്റ്റേജ് ഉണ്ടാക്കുന്നത്. താളത്തിനൊത്ത് ചവുട്ടി അന്തരീക്ഷം ശബ്ദാന മയമാക്കുന്നതിനാണത്.

മുന്നൂറു വർഷം മുൻപു ജീവിച്ചിരുന്ന ചിന്നത്തമ്പി അണ്ണാവി എന്നയാളാണ് ഈ കലാരൂപം ചിട്ടപ്പെടുത്തിയതെന്നു പറയപ്പെടുന്നു. തമിഴ്നാട്ടുകാരനായിരുന്ന അദ്ദേഹം

കേരളത്തിലെത്തി കൊച്ചിയിലും കൊടുങ്ങല്ലൂരിലും പതിനേഴു വർഷത്തോളം താമസിച്ചശേഷം തിരിച്ചുപോയി. തുള്ളലിന്റെ ചരിത്രത്തിൽ കുഞ്ചൻ നമ്പ്യാരുടെ സ്ഥാനം തന്നെയാണ് ചവിട്ടുനാടകത്തിന്റെ കാര്യത്തിൽ അണ്ണാവിക്കുള്ളതെന്നു അറിയുന്നുന്നു. ആദ്യകാല ചവുട്ടു നാടകങ്ങൾ തമിഴ് ഭാഷയിലായിരുന്നു. പിന്നീട് അത് മലയാളവൽക്കരിക്കപ്പെട്ടു.

പരിചമുട്ട് കളി പതിനാറാം നൂറ്റാണ്ടിൽ ക്രിസ്ത്യൻ പോരാളികൾക്കിടയിൽ വികസിപ്പിച്ചെടുത്ത കലാരൂപമാണെന്ന് അവകാശപ്പെടുന്നു. ക്രിസ്ത്യൻ കലാരൂപമായ പരിചമുട്ട് കളി വളരെ പ്രശസ്തമാണ്. കൈകളിൽ വാളും പരിചയും ഏന്തി പുരുഷന്മാർ അവതരിപ്പിക്കുന്ന ഒരു സംഘ നൃത്തമാണ്. പള്ളികളിലെ പെരുന്നാളുകൾക്ക് വേണ്ടിയാണ് ഈ കലാരൂപം അവതരിപ്പിക്കുന്നത്.

കേരളത്തിന്റെ ആയോധന കലയായ കളരിപ്പയറ്റുമായി ഇതിന് സാമ്യമുണ്ട്. കർത്താവിനോടുള്ള സ്തുതി കീർത്തനം ചൊല്ലിയാണ് കളി തുടങ്ങുന്നത്. വിശുദ്ധന്മാരെ കേന്ദ്ര കഥാപാത്രമാക്കിയുള്ള സ്തുതി ഗാനങ്ങളാണ് ആലപിക്കുന്നത്. കളിയുടെ അന്ത്യഭാഗത്ത് ഗാനം ദ്രുതഗതിയിൽ ആലപിക്കുകയും അതിനൊത്ത് കളിയുടെ വേഗം കൂട്ടി പെട്ടെന്ന് നിത്തുന്നതുമാണ് ഇതിന്റെ സുന്ദരത

കഥാപ്രസംഗം ഇന്ത്യയിലെ എല്ലാ സ്ഥലങ്ങളിലും പ്രചാരത്തിലുള്ള ഒരു കലയാണ്. ആഖ്യാനത്തിനിടയിൽ സംഗീതം ഇടകലർത്തി അവതരിപ്പിക്കുക എന്നത്. ഈ രീതി ജനങ്ങൾക്ക് കൂടുതൽ ആസ്വാദ്യമാണെന്നതാണ് ഇതിന്റെ മറ്റൊരു വശം. പുരാണ കഥാപാത്രങ്ങളെ ഇതിവൃത്തമാക്കിയുള്ളതായിരിക്കും മിക്ക കഥകളും.

19
വിശുദ്ധനോടുള്ള പ്രാർത്ഥനകൾ

ഞങ്ങളുടെ ഹൃദയങ്ങളെ പരിശോധിക്കുകയും സൂക്ഷമായി അറിയുകയും ചെയ്യുന്ന മശിഹാ കർത്താവെ നിന്റെ തിരുമുമ്പിൽ നില്ക്കുവാൻ പോലും ഞങ്ങൾ യോഗ്യരല്ലെന്ന് അറിയുന്നു. കുരിശിലും തന്നെ പീഡിപ്പിച്ചവരോട് പൊറുക്കണമെ എന്നു പ്രാർത്ഥിച്ചതുപോലെ മരണം ഏറ്റുവാങ്ങുന്ന നേരത്തും തന്നെ പീഡിപ്പിച്ചവർക്കുവേണ്ടി പ്രാർത്ഥിച്ച വിശുദ്ധ സഹദായെ ഞങ്ങൾ വന്ദിക്കുന്നു. നിന്റെ തിരുമുഖം മാത്രം മുന്നിൽ കണ്ട് നൈമിഷികമായ സർവ്വ സുഖ ലോഭ ഭോഗ മോഹങ്ങളിൽ നിന്നും വിട്ട് നിന്റെ വഴിയൊരുക്കിയ വീര ഭടനെ നിന്റെ രക്തത്തുളികളാൽ ഞങ്ങളുടെ പാപക്കറകളെയും നീക്കീടണമെ.

സൈന്യങ്ങളുടെ ദൈവമായ കർത്താവെ, അങ്ങയുടെ ദാസനായ വിശുദ്ധ ഗീവറുഗീസ് സഹദായുടെ ഹൃദയത്തിൽ സ്നേഹത്തിന്റെയും വിശ്വാസത്തിന്റെയും ജ്വാല ആളിക്കത്തിച്ചുവല്ലോ. ഞങ്ങൾ നീ മുഖാന്തിരം അവനിൽ സന്തോഷിക്കുകയും വിശ്വസിക്കുകയും അവന്റെ സ്നേഹത്തിന്റെ ശക്തി ഉൾക്കൊണ്ട് പുനരുത്ഥാനത്തിന്റെ പൂർണ്ണത അവനുമായി പങ്കിടാൻ ഇടയാക്കേണമെ.

വിശുദ്ധ സഹദായുടെ നാമം ഭുവിസ്വർഗേ ശ്രേഷ്ടമാക്കിയ മശിഹാ കർത്താവെ നിന്റെ ദാസന്റെ പ്രാർത്ഥനയാൽ ഞങ്ങളുടെ മേൽ കൃപയുണ്ടാകണമെ. നിന്റെ രാജ്യത്തിനായി സന്തോഷത്തോടെ ജീവൻ ബലിയായ് നല്കുകയും അവന്റെ രക്തം നിന്റെ സഭകൾക്ക് വളമായി തീരുകയും ചെയ്തുവല്ലോ. നിന്റെ പുനരാഗമനത്തിൽ പ്രധാന ഭടനായ അവനോടൊപ്പം അണിചേരുവാൻ ഞങ്ങളെയും പ്രാപ്തരാക്കണമെ.

വിവിധങ്ങളായ പീഡാനുഭങ്ങളിൽ കൂടി നിന്റെ നാമം വൃഥാ ധ്യാനിച്ച് അവയെല്ലാം തരണം ചെയ്ത് നിന്റെ ശത്രുക്കളെ ലജ്ജിപ്പിച്ച് വിജയം വരിച്ച് അവസ്ഥാനം സ്വന്ത ഇഷ്ടപ്രകാരം

രക്തസാക്ഷിയാവുകയും ചെയ്ത വിശുദ്ധനായ ഗീവറുഗീസ് സഹദായെ നിന്റെ പുനരുദ്ധാന ദിവസ്സത്തിൽ ഞങ്ങളുടെ തിന്മകളെ ഓർക്കാതെ ജീവവൃക്ഷത്തിന്റെ ഫലം അനുഭവിപ്പാൻ ഞങ്ങളെയും കൂടെ ചേർക്കണമെ.

ഞങ്ങളുടെ വീണ്ടെടുപ്പുകാരനായ ദൈവമെ, നിന്റെ രക്തസാക്ഷിയായ വിശുദ്ധ ഗീവറുഗീസ് സഹദായുടെ രക്ത ചൊരിച്ചിലിലൂടെ ലോകത്തെ ക്രിസ്തീയ സഭകളെ ശക്തിപ്പെടുത്തുകയും, ക്രിസ്തുവിന്റെ ത്യാഗങ്ങൾക്കു മുന്നിൽ തന്റെ ത്യാഗങ്ങൾ നിസ്സാരമായി കണ്ട് അങ്ങേയ്ക്കുവേണ്ടി പ്രാണൻ ത്യജിച്ച വിശുദ്ധന്റെ മധ്യസ്ഥതയാൽ ഞങ്ങളുടെ പിഴകളെ ക്ഷമിക്കേണമെ.

അവിടത്തെ രക്തസാക്ഷിയായ വിശുദ്ധന്റെ നാമത്തിൽ അങ്ങേക്ക് ഞങ്ങൾ അർപ്പിക്കുന്ന പ്രാർത്ഥനകൾ അവിടന്ന് സ്വീകരിക്കണമെ. നിന്നെ നിന്ദിക്കുന്നവരുടെ പ്രലോഭങ്ങളിൽ വീഴാതെ നിന്റെ വിശ്വാസത്തിൽ മാത്രം മുറുകെ പിടിച്ച് നിനക്കായി രക്തസാക്ഷിയായ വിശുദ്ധന്റെ ഔദാര്യത്തിന് ഞങ്ങളെയും അർഹമാക്കണമെ.

നിന്റെ രണ്ടാം വരവിൽ, കാഹള നാദത്തോടും മേഘ ഗർജ്ജനത്തോടും മേഘ സ്തംഭങ്ങൾക്കിടയിലൂടെ നീ എഴുന്നള്ളുമ്പോൾ നിന്റെ പട നായകനായി നിന്റെ വീഥിയിൽ അതി പ്രൗഡതയോടും ഗാംഭീര്യത്തോടും വിശുദ്ധ ഗീവറുഗീസ് സഹദായും ഉണ്ടാകുമെന്ന് ഞങ്ങൾ വിശ്വസിക്കുന്നു. ദൈവമേ നിന്റെ കൃപയുടെ ദാനത്താൽ ഞങ്ങൾ അവനോട് ആവശ്യപ്പെടുന്ന ആനുകൂല്യങ്ങൾ ലഭിക്കാൻ കരുണാപൂർവ്വം അനുവദിക്കണമേ.

കർത്താവിന്റെ രക്തസാക്ഷിയായ വിശുദ്ധ ഗീവറുഗീസ് സഹദായെ നീ ചൊരിഞ്ഞ രക്തം ദൈവ മുമ്പാകെ മാധ്യസ്ഥം വഹിക്കാനുള്ള ശക്തിയും ബലവുമാണ്. ലോകത്തിന്റെ നാനാ ഭാഗങ്ങളിൽ നിന്നും എണ്ണമറ്റ തലമുറകൾ നിന്നെ വിളിച്ചപേക്ഷിക്കുന്നു. അതുപോലെതന്നെ നാനാവിധ രോഗങ്ങളുടെയും പകർച്ചവ്യാധികളുടെയും മാരകമായ രോഗങ്ങൾ

ക്കെതിരെയും സംരക്ഷകനായി നിന്റെ മാധ്യസ്ഥത കർത്തവിന്റെ നാമത്തിൽ ആവശ്യപ്പെടുന്നു. തിന്മയെ കൊന്ന് വിജയം നേടാനായി നിന്റെ നാമം വിളിച്ചപേക്ഷിക്കുന്നു. രാജാക്കന്മാരും, സൈന്യങ്ങളും ജനങ്ങളും ഒരുപോലെ നിന്റെ നാമം ഓർക്കപ്പെടുന്നു.

അറിഞ്ഞും അറിയാതെയും ചെയ്തുപോയ തെറ്റുകൾക്ക് അവൻ ഞങ്ങളുടെ മധ്യസ്ഥനായി നിന്നോട് അപേക്ഷിക്കുമ്പോൾ അതു നിന്റെ സന്നിധിയിൽ നിന്നു തള്ളിക്കളയാതെ ഞങ്ങളെയും നിന്റെ രാജ്യത്തിൽ ചേർക്കണമെ.

ദൈവമേ, നിന്റെ നാമ മഹത്വത്തിനായി വിശുദ്ധ ഗീവറുഗീസ് സഹദ അനുഭവിച്ച വിവിധ പീഡനങ്ങളിൽ അദ്ദേഹത്തിന് ശക്തിയും സ്ഥിരതയും നൽകി മരണംവരെ ആത്മാർത്ഥമായ ഹൃദയത്തോടെ അങ്ങയെ സേവിക്കുന്നതിന് വിശുദ്ധന്റെ മാദ്ധ്യസ്ഥതയാൽ ഞങ്ങളുടെ വിശ്വാസത്തെ തളർച്ചയിൽ നിന്നും സംശയങ്ങളിൽ നിന്നും കാത്തുസൂക്ഷിക്കണമെന്ന് ഞങ്ങൾ അങ്ങയോട് അപേക്ഷിക്കുന്നു.

കർത്താവേ, അങ്ങയുടെ ശക്തിയെ സ്തുതിക്കുന്നവരുടെ പ്രാർത്ഥന കേൾക്കണമേ. സഹനത്തിലും മരണത്തിലും ക്രിസ്തുവിനെ അനുഗമിക്കാൻ വിശുദ്ധ സഹദ തയ്യാറായതുപോലെ ഞങ്ങളുടെ ബലഹീനതയിൽ ഞങ്ങളെ സഹായിക്കാൻ അവന്റെ മദ്ധ്യസ്ഥത കോട്ടയായിത്തീരട്ടെ. .

കർത്താവേ, ഞങ്ങളുടെ വഴിപാടുകളെ അനുഗ്രഹിക്കുകയും വിശുദ്ധീകരിക്കുകയും ചെയ്യണമേ. ഞങ്ങളുടെ വഴിപാടുകൾ വിശുദ്ധന്റെ എല്ലാ കഷ്ടപ്പാടുകൾക്കുമെതിരെ വിജയം നൽകിയ സ്നേഹത്താൽ ഞങ്ങളെയും കരുതണമെ.

മനുഷ്യഭയം മാറ്റിവെച്ച് മരണം വരെ അങ്ങയെ ഏറ്റുപറയാൻ അങ്ങയുടെ ദാസനായ വിശുദ്ധ സഹദക്ക് കൃപ നൽകിയ സൈന്യങ്ങളുടെ ദൈവമായ കർത്താവേ, ഞങ്ങളെയും അവന്റെ പടയാളികളാകാൻ തിരഞ്ഞെടുക്കേണമെ. രക്ഷയുടെ കവചമായ

വിശുദ്ധ സഹദായുടെ മധ്യസ്ഥതയിൽ നിന്നെ സ്തുതിക്കുവാനും വന്ദിക്കുവാനും ഇടയാക്കണമെ.

ദൈവത്തിൻറെ വിശ്വസ്ത ദാസനും അജയ്യനായ രക്തസാക്ഷിയുമായ സെന്റ് ജോർജ്ജ്; വിശ്വാസത്തിന്റെ ദാനത്താൽ ദൈവത്തിന്റെ പ്രീതി നേടുകയും ക്രിസ്തുവിനോടുള്ള തീവ്രമായ സ്നേഹത്താൽ ജ്വലിക്കുകയും ചെയ്ത നീ അഹങ്കാരത്തിന്റെയും അസത്യത്തിന്റെയും വഞ്ചനയുടെയും മഹാസർപ്പത്തിനെതിരെ ധീരമായി പോരാടി. വേദനയോ പീഡനമോ വാളോ മരണമോ ക്രിസ്തുവിന്റെ സ്നേഹത്തിൽ നിന്ന് നിന്നെ വേർപെടുത്താൻ കഴിഞ്ഞില്ല. അതുപോലെ ഞങ്ങളെ ചുറ്റിപ്പറ്റിയുള്ള പ്രലോഭനങ്ങളെ അതിജീവിക്കാനും ഞങ്ങളെ പീഡിപ്പിക്കുന്ന പരീക്ഷണങ്ങളെ ധൈര്യത്തോടെ സഹിക്കാനും ഞങ്ങളുടെമേൽ വച്ചിരിക്കുന്ന കുരിശ് ക്ഷമയോടെ വഹിക്കാനും അങ്ങയുടെ മധ്യസ്ഥതയാൽ ഞങ്ങളുടെ സഹായത്തിനുവേണ്ടി അങ്ങയോട് ആത്മാർത്ഥമായി അപേക്ഷിക്കുന്നു.

നമ്മുടെ കർത്താവായ യേശുക്രിസ്തുവിൻറെ സ്നേഹത്തിൽ നിന്ന് കഷ്ടതയോ ബുദ്ധിമുട്ടുകളോ ഞങ്ങളെ വേർപെടുത്തരുതേ. വിശ്വാസത്തിൻറെ ധീരനായ സംരക്ഷകാ, തിന്മയ്ക്കെതിരായ പോരാട്ടത്തിൽ ഞങ്ങളെ അവസാനം വരെ സഹായിച്ച് ഞങ്ങൾക്ക് നിന്റെ കാവലും കോട്ടയും ഉണ്ടായിരിക്കണമേ. .

ദൈവമേ, അങ്ങയുടെ അനുഗ്രഹീത രക്തസാക്ഷി ജോർജിന്റെ യോഗ്യതകളാലും മധ്യസ്ഥതയാലും ഞങ്ങളെ സന്തോഷിപ്പിക്കുന്നു. അവിടുന്ന് മുഖേന അങ്ങയുടെ ഔദാര്യത്തിനായി യാചിക്കുന്ന ഞങ്ങൾക്ക് അങ്ങയുടെ കൃപയുടെ ദാനം ലഭിക്കാൻ കൃപ നൽകേണമേ. നമ്മുടെ കർത്താവായ ക്രിസ്തുവിലൂടെത്തന്നെ ആമേൻ.

⊸⊶≫≪⊷⊸

20

ഉപസംഹാരം

സെന്റ് ജോർജ്ജ് ചരിത്രത്തിൽ വ്യത്യസ്തമായ നിരവധി അതിജീവന ത്തിന്റെ വ്യക്തിത്വമാണ്. ധീരതയുടെയും സാമ്രാജ്യത്വത്തിന്റെയും നിഴലിൽ നിന്ന് വീണ്ടും വീണ്ടും വിശുദ്ധന്റെ തേജസ് ഉയർന്നു വരുമ്പോൾ ആശ്ചര്യം സൃഷ്ടിച്ചേക്കാം. ക്രിസ്തുമതത്തിന്റെ രക്ഷാധികാരി, ഇംഗ്ലണ്ടിന്റെയും ഓർഡർ ഓഫ് ഗാർട്ടറിന്റെയും രക്ഷാധികാരി, വിവിധ ഇംഗ്ലീഷ് രാജാക്കന്മാരുടെ രക്ഷാധികാരി, ഇംഗ്ലീഷുകാരുടെ, പ്രത്യേകിച്ച് ഇംഗ്ലീഷ് സൈനികരുടെ പ്രത്യേക സംരക്ഷകൻ, ഒരു ദേശീയവും പ്രാദേശികവുമായ വിശുദ്ധൻ, ഒരു ഗ്രാമീണ വിശുദ്ധൻ, ഒരു നഗര വിശുദ്ധൻ, കഷ്ടപ്പാടുകളുടെയും അഹിംസയുടെയും മനക്കരുത്തിന്റെ ഉദാത്തമായ ഉദാഹരണം, സൈനിക രക്തസാക്ഷി, വ്യക്തിപരമായ മധ്യസ്ഥൻ, മനുഷ്യനെതിരെയുള്ള അനീതികളുടെ സംരക്ഷകൻ. പൗരധർമ്മത്തിന്റെയും ഭാരവാഹികളുടെയും രക്ഷാധികാരി, ആത്മീയ പരിശ്രമത്തിന്റെ പ്രതീകം, ഒരു അന്തർദേശീയ, ഔദ്യോഗിക, സ്ഥാപനപരമായ വിശുദ്ധൻ, ഒരു ബഹുസാംസ്കാരിക വിശുദ്ധൻ, വിശുദ്ധന്മാരിൽ ഏറ്റവും വലിയവൻ. കൂടാതെ നിരവധി മതേതര കാരണങ്ങളുടെ രക്ഷാധികാരി. എന്നിട്ടും നമുക്ക് സംശയമുണ്ടെങ്കിൽ അജ്ഞേയവാദിയായിരിക്കാം.

വിശുദ്ധന്റെ രൂപം മാനവ ഹൃദയങ്ങളിൽ തങ്ങി നില്ക്കുന്നതാണ്. അദ്ദേഹത്തെ വീരശൂര പരാക്രമിയായ പടനായകനായി കാണുന്നു. നമ്മുടെ കർത്താവിന്റെ വിവിധങ്ങളായ പെരുന്നാളുകൾ ശ്ലീഹേന്മാരുടെ പെരുന്നാളുകൾ മറ്റു പുണ്യവാന്മാരുടെ പുണ്യവതികളുടെ പെരുന്നാളുകൾ ആഘോഷിക്കുന്നതിനൊപ്പം അതി വിപുലമായി ലോകാമ്പാടുമുള്ള ഇതര ക്രിസ്ത്യൻ വിഭാഗങ്ങൾ വിശുദ്ധന്റെ രക്തസാക്ഷി ദിനമായ ഏപ്രിൽ 23 വളരെ ഭക്തി നിർഭരമായി കൊണ്ടാടുന്നു.

സൈന്യങ്ങളുടെ രക്ഷകനായി കീർത്തിയുണ്ടെന്നിരിക്കെ പടച്ചട്ടയണിഞ്ഞ് ശ്വേത വർണ്ണമുള്ള കുതിരപ്പുറത്ത് പ്രൗഡതയോടെ വ്യാളിയെ കൊല്ലുന്ന ഒരു ചിത്രമാണ് എവിടെയും വിശുദ്ധനെ പ്രിയനാക്കി തീർക്കുന്നത്. അതിന്റെ ഖ്യാതി ലോകമെമ്പാടും പരന്നിരിക്കുന്നു.

ആറാം നൂറ്റാണ്ടിൽ ജസ്റ്റിനിയൻ ചക്രവർത്തി അർമ്മിനിയായിലെ ബിസുനെസ് എന്ന സ്ഥലത്ത് ഇദ്ദേഹത്തിന്റെ നാമത്തിൽ ഒരു ദേവാലയം നിർമ്മിക്കുകയുണ്ടായി. പാശ്ചാത്യരാജ്യങ്ങളിൽ കുരിശുയുദ്ധങ്ങൾക്കു ശേഷം പതിനൊന്നാം നൂറ്റാണ്ട്, വിശുദ്ധ ഗീവറുഗീസിനോടുള്ള ആദരവും അദ്ദേഹത്തിന്റെ മധ്യസ്ഥതയിലുള്ള വിശ്വാസവും വളരെയേറെ വർധിക്കുവാനിടയായി. പടയാളിയായ പരിശുദ്ധന്റെ മധ്യസ്ഥതമൂലമാണ് യുദ്ധങ്ങളിൽ വിജയം വരിക്കാൻ കാരണമായത് എന്നുള്ള വിശ്വാസം സൈനികരിൽ വേരുറച്ചു. അങ്ങനെ അദ്ദേഹം സൈനികരുടെ പ്രത്യേക മധ്യസ്ഥനായിത്തീരുകയും ചെയ്തു. റിപ്പബ്ലിക്ക് ഓഫ് ജനോവയുടെയും, ഇംഗ്ലണ്ടിന്റെയും, സ്പെയിന്റെയും കാവൽപിതാവാണ് . ഫ്രാൻസിലും, ഇംഗ്ലണ്ടിലും ചില സൈന്യവ്യൂഹം അദ്ദേഹത്തിന്റെ നാമം ധരിക്കുന്നവയാണ്

പല അത്ഭുതങ്ങളും വിശുദ്ധന്റെ നാമത്തിൽ നടന്നു. യുദ്ധങ്ങളുടെ വിജയങ്ങൾ രാജാക്കന്മാരെയും ചക്രവർത്തിമാരെയും സെന്റ് ജോർജ്ജിലുള്ള വിശ്വാസം വർദ്ധിപ്പിക്കാൻ ഇടയായി. കൂടാതെ അന്യമതങ്ങൾ വെടിഞ്ഞ് ക്രിസ്തീയ പാതയിലേക്കു വന്ന് സ്നാനം ഏല്ക്കുകയും സെന്റ് ജോർജ്ജിന്റെ നാമത്തിൽ പള്ളികൾ പണി കഴിപ്പിക്കുകയും ചെയ്തു.

വിശുദ്ധ ഗീവറുഗീസ് സഹദയോടുള്ള അപേക്ഷകളും പ്രാർത്ഥനകളും ഗീതങ്ങളും കാലാനുസ്യതമായി പല ക്രിസ്ത്യൻ ആരാധനാ ക്രമങ്ങളിൽ അവസ്സരോചിതമായി മാറ്റം വരുത്തിവരുന്നുണ്ട്. അതൊക്കെ വിശുദ്ധന്റെ മധ്യസ്ഥ പ്രാർത്ഥനയ്ക്ക് കൂടുതൽ ആത്മീയ നിറവ് വർദ്ധിപ്പിക്കുന്നു.

⊷❯❯❮❮⊶

21

ഒരു പുന:പരിശോധന

സൂര്യൻ ഉദിക്കുന്നു അസ്തമിക്കുന്നു. അങ്ങനെ ഓരോ ദിവസം കഴിഞ്ഞു പോകുന്നു. ഇതിനിടയിൽ അനായാസം ജീവിക്കുവാനാണ് കൂടുതൽ പേരും ഇഷ്ടപ്പെടുന്നത്. ജീവിക്കുന്നു.....; ജീവിക്കുന്നു......; ഒടുവിൽ മരിക്കുന്നു..പിന്നെ എന്തു സംഭവിക്കുന്നു. മത്തായി 25:46 ൽ പറയുന്നതുപോലെ "ഇവർ നിത്യ ദണ്ഡനത്തിലേക്കും നീതിമാന്മാർ നിത്യജീവങ്കലേക്കും പോകും". തങ്ങളുടെ ജീവിത കാലഘട്ടങ്ങളിൽ ആരും ചിന്തിച്ചു നോക്കാത്ത കാര്യമാണിത്. ചിലർ അറിഞ്ഞുകൊണ്ട് അവഗണിച്ചും ചിലർ അറിയാതെയും കാലങ്ങൾ പോക്കി ജീവിച്ചു ജീവിച്ചു മരിക്കുന്നു.

ജീവിതത്തിൽ പല സാഹചര്യങ്ങളിൽ ജനിച്ചു വളർന്നവരാണ് നമ്മൾ ഒരോരുത്തരും. നാനാവിധ മതങ്ങളും വിശ്വാസങ്ങളും സംസ്കാരങ്ങളുടെയുമൊക്കെ ഇടയിൽ ജീവിക്കുന്നു. സമൂഹത്തിൽ നടക്കുന്ന പല അനീതികളെയും തിന്മകളെയും ദുഷ്പ്രവണതകളെയും പ്രതികൂല സാഹചര്യങ്ങളെയും ഒക്കെ തരണം ചെയ്ത് ജീവിക്കേണ്ടതായ അവസ്ഥ.

തീർത്തും പ്രതികരിക്കേണ്ടതായ സന്ദർഭങ്ങളിൽ പോലും മൗനം വിദ്വാന ഭൂഷണം എന്ന മട്ടിൽ അനൗചിത്യത്തോടെ കണ്ണടച്ചു ഇരുട്ടാക്കി കളയാറുണ്ട് നമ്മളിൽ പലരും. അതൊക്കെ നമ്മുടെ സാമൂഹിക പ്രതിബദ്ധതയോടുള്ള ഉത്തവാദിത്വത്തിൽ നിന്ന് ഒഴിഞ്ഞു മാറലാണ്.

ജനനവും മരണവും തമ്മിലുള്ള ദൂരം എത്രയുണ്ടെന്ന് ആരാലും അളക്കാൻ സാധ്യമല്ല. അതിനിടയിലുള്ള ഓട്ടവും പലതും കെട്ടിപ്പടുക്കാനുള്ള ത്വരയും മനുഷ്യനെ പലരേയും പല തലങ്ങളിൽ എത്തിക്കുന്നു. വിദ്യാസമ്പന്നരും വിദ്യാ ഹീനരും പാമരനും

പണ്ഡിതനും തൊഴിലാളിയും മുതലാളിയും വ്യവസായിയും ശാസ്ത്രജ്ഞരും എഞ്ചിനീയറും ഡോക്ടറും തന്ത്രജ്ഞരും ഒക്കെ ആയി തീരുന്നു. പക്ഷെ യദാർത്ഥ മനുഷ്യർ ആയവർ എത്രയുണ്ടെന്ന് ആരെങ്കിലും സ്വയം ചോദിക്കാറുണ്ടോ? തങ്ങളുടെ കർത്തവ്യങ്ങളിൽ നിന്നൊക്കെ തിരിഞ്ഞു നടന്നവരല്ലെ നാമൊക്കെ! അതിനെയൊക്കെ ന്യായീകരിക്കാൻ നമുക്ക് കാരണങ്ങളുണ്ട്.

ധൈര്യം ഒരുപക്ഷെ പലരിലും വ്യത്യസ്ഥമായ രീതിയിൽ ആണ്. ചില സന്ദർഭമെങ്കിലും നമ്മുടെ ജീവിതത്തിൽ ധൈര്യം കാണിക്കേണ്ടതായി വന്നിട്ടുണ്ട്. അതിനെ നേരിട്ടതെല്ലാം പല രീതിയിൽ കൂടിയായിരിക്കാം. ഒരുപക്ഷെ സ്വയം ധൈര്യം സംഭരിച്ച് അല്ലെങ്കിൽ മറ്റാരെയെങ്കിലും ആശ്രയിച്ച്. സ്വയം ചെയ്യുന്നതും മറ്റുള്ളവരെ ആശ്രയിച്ചു ചെയ്യുന്നതും രണ്ടു വ്യത്യസ്ത ഘടകങ്ങളാണ്. സ്വയം ചെയ്യുമ്പോൾ നമ്മളെത്തന്നെ പ്രതികൂല സാഹചര്യങ്ങളെ നേരിടാനുള്ള ആത്മധൈര്യം കൂട്ടുകയാണ് ചെയ്യുന്നത്. തന്നെത്തന്നെ മെരുക്കി എടുക്കുക എന്നു പറയുന്നതായിരിക്കും കൂടുതൽ ശരി.

ക്രിസ്തുവിന്റെ അനുയായികളായ ക്രിസ്തിയാനികളെ പഠിപ്പിക്കുന്നത് സ്നേഹത്തോടും സഹനത്തോടും ധൈര്യത്തോടും തിന്മകൾക്കെതിരെ പോരാടുക എന്നതാണ്. അതുകൊണ്ട് തന്നെയാണ് ലോകാരംഭം മുതൽ ക്രിസ്തിയാനികൾ പീഡന വിധേയരാകുന്നതും. പൈശാചിക ശക്തികൾ അല്ലെങ്കിൽ സമൂഹദ്രോഹികൾ ഒറ്റപ്പെടുത്തുകയും ഗൗരവതരമായ ആരോപണങ്ങൾക്കു വിധേയമാക്കി അപകടങ്ങളിൽ പെടുത്താനും ഇത്തരകാർ ശ്രമിച്ചുകൊണ്ടിരിക്കുന്നതും.

കലാകാലങ്ങളായുള്ള ചെറുത്തു നില്പിന്റെയും രക്തസാക്ഷിത്വത്തിന്റെയും ഫലമായി ഇന്ന് ലോകം മുഴുവൻ ക്രിസ്തീയ സഭകൾ പടർന്നു പന്തലിച്ചു. മറ്റുള്ളവരെ സ്നേഹിച്ചുകൊണ്ടു തന്നെ വേണം ക്രിസ്തുവിന്റെ രാജ്യം കെട്ടിപ്പടുക്കുവാൻ. രക്തം ചൊരിച്ചിലിലൂടെ ഒരു ദൈവ രാജ്യവും

കെട്ടിപ്പടുക്കാൻ കഴിയുകയില്ല. മറിച്ച് വേണ്ടി വന്നാൽ ദൈവ രാജ്യത്തിനുവേണ്ടി സ്വയം അർപ്പിക്കുക മാത്രമാണ് വേണ്ടത്. ദൈവ രാജ്യത്തിനായി അക്രമങ്ങൾക്ക് അഹ്വാനം നടത്താനോ യുദ്ധങ്ങൾക്ക് പെരുമ്പറ കൊട്ടാനോ ക്രിസ്തീയ വിശ്വാസം പഠിപ്പിക്കുന്നില്ല. ഒരു പക്ഷെ മറ്റു മതങ്ങളിൽ മുറവിളി കൂട്ടുന്ന ദൈവ രാജ്യത്തിനു വേണ്ടിയെന്ന ഇത്തരം ദുഷ്പ്രവണതകൾ ശാന്തിയും സമാധാനവും തല്ലിക്കെടുത്തുകയും ഒപ്പം മാനുഷിക ബന്ധങ്ങൾക്ക് ഉലച്ചിൽ തട്ടുകയും വിള്ളൽ വരുത്തുകയും ചെയ്യുന്നതു കൂടാതെ വർഗ്ഗീയ കലാപങ്ങളും യുദ്ധങ്ങളുമായിരിക്കും അതിന്റെയൊക്കെ പരിണിത ഫലങ്ങൾ.

"നിന്റെ ഒരു കരണത്തടിച്ചാൽ മറു കരണവും കൂടി കാണിച്ചു കൊടുക്കാനാണ് " ക്രിസ്തു നമ്മെ തന്റെ ജീവിതത്തിലുടനീളം പഠിപ്പിക്കുന്നത്. പക്ഷെ തിന്മയ്ക്കെതിരെ പ്രതിരോധിക്കരുതെന്ന് അതിനർത്ഥമില്ല. ജറുശലേം ദേവാലയത്തെ ഒരു കച്ചവട സ്ഥലമാക്കിയപ്പോൾ അതിനെതിരെ ക്രിസ്തു പ്രതികരിക്കുകയും അവരെ പുറത്താക്കുകയും ചെയ്തു. തിന്മകൾക്കെതിരെ സമയ ബന്ധിതമായി തന്നെ പ്രതികരിച്ചില്ലെങ്കിൽ അത് വളർന്ന് ജന നന്മയ്ക്കുതന്നെ ഹേതുവായിത്തീരും

ക്രിസ്തുവിൽ നിന്നുള്ള പ്രചോദനം ഉൾക്കൊണ്ടുകൊണ്ടുതന്നെ നമ്മുടെ രാഷ്ട്രപിതാവായ മഹാത്മ ഗാന്ധിപോലും അഹിംസയുടെ മാർഗമാണ് ഇന്ത്യയുടെ സ്വാതന്ത്ര്യത്തിനു വേണ്ടിയുള്ള പടവാളായി ഉപയോഗിച്ചത്.

പലപ്പോഴും സഹായം കാംഷിക്കുന്നവരെ ദയാ വായ്പോടെ കാണാറുണ്ടെങ്കിലും അവർ അർഹിക്കുന്ന സഹായം നമ്മൾ ചെയ്തു കൊടുക്കാറുണ്ടോ? "ശ്ലോ പാവം" എന്ന രണ്ടക്ഷരത്തിൽ നമ്മുടെ നിസ്സഹായത അല്ലെങ്കിൽ സഹാനുഭൂതി ചുരുങ്ങിപ്പോകാറാണ് പതിവ്. എന്നാൽ സ്വന്ത സ്വാർത്ഥ താല്പര്യങ്ങൾക്കായി പണം ചിലവഴിച്ച് പലതും നേടിയെടുക്കാനുള്ള പ്രവണത എല്ലാവരും പുലർത്തി വരുന്നു. നമ്മുടെ വിശ്വാസത്തിൽ

നമ്മൾ എത്രമാത്രം നീതി പുലർത്തുന്നു എന്ന് സ്വയം വിശകലനം ചെയ്യേണ്ട സമയങ്ങൾ എന്നേ അതിക്രമിച്ചു കഴിഞ്ഞു.

പലപ്പോഴും പുതിയ വാതാവരണങ്ങളിൽ കൂടി കഴിയേണ്ട മനുഷ്യർക്ക് പല സ്ഥലങ്ങൾ അവിടത്തെ സംഹിതകൾ, ഭാഷകൾ, സാഹചര്യങ്ങൾ ഒക്കെയും അഭിമുഖീകരിക്കാനുള്ള ധൈര്യം സ്വയം ആർജ്ജിച്ചെടുക്കേണ്ടതായി വരും. അത്തരം സാഹചര്യങ്ങളിലെല്ലാം ഒറ്റയാൾ പട്ടാളമായി അനീതികൾക്കും തിന്മയ്ക്കുമെതിരെ വിശ്വാസത്തെ ഉയർത്തിപ്പിടിച്ച് ധൈര്യത്തോടെ രാജ്യത്തിനും രാജാവിനുമെതിരെ പോരാടിയവനാണ് വിശുദ്ധ ഗീവറുഗീസ് സഹദ. ക്രിസ്തുവിന്റെ മാനദണ്ഡത്തിന് വിരുദ്ധമായി പ്രസ്ഥാവന കൊണ്ടുവന്നപ്പോഴാണ് വിശുദ്ധ ഗീവറുഗീസ് തന്റെ വിശ്വാസത്തെ സംരക്ഷിക്കാൻ ധൈര്യം ഉൾക്കൊണ്ടുകൊണ്ട് തിന്മയുടെമേൽ പോരാടിയത്.

ക്രിസ്തീയ വിശ്വാസത്തിന്റെ നിലനില്പ്പിനുവേണ്ടി ശ്ലീഹേന്മാരും, സഹദേന്മാരും, വിശുദ്ധന്മാരും അനുഭവിച്ച പീഡനങ്ങളുടെ ഒരണുവിട പോലും സഹിക്കാതെ തങ്ങളെത്തന്നെ ഉയർത്തിക്കാണിച്ച് സാഹചര്യങ്ങളെ മുതലെടുക്കുന്ന എത്രയോ പേരാണ് നമുക്കിടയിൽ ഉള്ളതെന്ന് അറിയാവുന്ന കാര്യമാണ്. പ്രളയങ്ങൾ, മഹാമാരികൾ, അത്യാഹിതങ്ങൾ ഒക്കെ വരുമ്പോൾ മാത്രമല്ല മറിച്ച് എപ്പോഴും നല്ല അയലക്കാരനായി ജീവിക്കാൻ ശ്രമിക്കുമ്പോയാണ് ദൈവത്തിനിഷ്ടപ്പെട്ടവരായി ജീവിക്കാൻ സാധിക്കുന്നത്. മറ്റുള്ളവരുടെ ബുദ്ധിമുട്ടുകളിൽ സഹതപിക്കുകയും കണ്ണീരൊഴുക്കുകയും ചെയ്യുക മാത്രമല്ല വേണ്ടത്, മറിച്ച് അങ്ങനെയുള്ളവരോട് ചേർന്നുനിന്ന് അവരെ സഹായിക്കുമ്പോഴാണ് ഒരു നല്ല അയലക്കാരനാവുന്നത്.

ഒരാൾ ആത്മീയമായി വളരണമെങ്കിൽ അവൻ തന്നിൽത്തന്നെ തുടർച്ചയായി തിരഞ്ഞുകൊണ്ടും തിരുത്തിക്കൊണ്ടുമിരിക്കണം. ആ തിരച്ചിലുകളുടെ പരിണിത ഫലം അറിയേണ്ടത് കണ്ടെത്തും എന്നുള്ളതാണ്. ദൈവത്തോട് കൂടുതൽ അടുക്കും തോറും

ആത്മീയത എന്താണെന്ന് കൂടുതൽ മനസ്സിലാകും. ദൈവം പൂർണ്ണനായിരിക്കുന്നതുപോലെ നമ്മളും പൂർണ്ണനായിരിക്കണമെന്ന് ദൈവം ആഗ്രഹിക്കുന്നു.

മനുഷ്യ മനസ്സുകളിൽ അടിഞ്ഞുകൂടുന്ന പ്രതികാര ബുദ്ധിയെ മാറ്റണമെങ്കിൽ ഭഗീര പ്രയത്നം തന്നെ നടത്തിയാലും മാറുമോ എന്നത് സംശയകരമാണ്. പക്ഷെ ദൈവം അങ്ങനെയല്ല. നമ്മൾ എത്രതന്നെ പാപിയായിട്ടും ഒന്നു വിളിച്ചപേക്ഷിക്കുമ്പോൾ മനസ്സലിയുകയും പാപങ്ങൾ പൊറുക്കുവാനും തക്കവണ്ണം കരുണയുള്ളവനാണ്.

"എന്റെ നാമം നിമിത്തം വീടിനെയോ സഹോദരന്മാരെയോ സഹോദരിമാരെയോ പിതാവിനെയോ അമ്മയെയോ മക്കളെയോ നിലങ്ങളെയോ ഉപേക്ഷിച്ചുപോയ ഏവനും നൂറിരട്ടി പ്രാപിക്കുകയും നിത്യജീവൻ അവകാശമാക്കുകയും ചെയ്യും" എന്ന് കർത്താവായ യേശു ക്രിസ്തു നമുക്ക് വാഗ്ദാനം നല്കുന്നു.

നമ്മിൽ എത്രപേർ സാഹസ്സികവും പ്രതിബന്ധങ്ങളും നിറഞ്ഞ സന്ദർഭങ്ങളെ നേരിടുന്നു. തങ്ങളെത്തന്നെ പ്രതിരോധിക്കാൻ കഴിയാത്ത ദുർബലർക്കുവേണ്ടി നമ്മൾ എപ്പോഴെങ്കിലും സഹായിയായി തീർന്നിട്ടുണ്ടോ? അങ്ങനെ ചെയ്തിട്ടുണ്ടെങ്കിൽത്തന്നെ ആ സാഹചര്യങ്ങളെ നമ്മൾ മറ്റുള്ളവർക്കു മുന്നിൽ പ്രദർശിപ്പിക്കുകയോ അല്ലെങ്കിൽ അത് കൊട്ടിഘോഷിക്കുകയോ ചെയ്തിട്ടില്ലേ? അതിന്റെ അർത്ഥം നമ്മൾ ചെയ്യുന്നത് മറ്റുള്ളവർക്ക് മാതൃകയാകുന്നില്ല എന്നതാണ്. ഇതിനൊക്കെ വിപരീതമായിരുന്നു വിശുദ്ധ ഗീവറുഗീസ് സഹദ. തന്റെ പേരിന്റെ മഹത്വത്തിനായി അദ്ദേഹം ഒന്നും ചെയ്തില്ല. പക്ഷെ കർത്താവിന്റെ പേര് മഹത്വീകരിക്കുന്നതിനൊപ്പം വിശുദ്ധ സഹദയുടെ പേരും ലോകമെമ്പാടും അറിയപ്പെട്ടു എന്നതാണ് യാഥാർത്ഥ്യം. അപകടകരമായ എല്ലാ സാഹചര്യങ്ങളിലും സെന്റ് ജോർജ്ജ് കർത്താവിനോട് കൂടുതൽ അടുത്തിരുന്നു. ഒന്നും അവന്റെ നേട്ടങ്ങളായി അവൻ കരുതിയില്ല. തന്റെ വിശ്വാസത്തിൽ വിശ്വസ്ഥനും എളിമയുള്ളവനും സത്യസന്ധനും ധീരനും ഉദാരനും

ആവശ്യക്കാർക്ക് എപ്പോഴും സഹായകനും ആയിരുന്നു. അതുപോലെതന്നെ അനീതികൾക്കെതിരെ അദ്ദേഹം ഒരു മഹാ ക്രൂരനും ആയിരുന്നു.

22

കാവ്യം - കർത്താവിന്റെ പടയാളി :
വി.ഗീവറുഗീസ് സഹദ

സുന്ദരനോമന പൊന്മകനായ്,
അമ്മതൻ പുന്നാര കണ്മണിയായ്,
കപ്പദോക്യായിൽ ജനിച്ചുവളർ-
ന്നച്ചനു മമ്മയ്ക്കും മല്ലിയനായ്.

ആരും കൊതിക്കുന്ന ഗീവറുഗീസ്!
പിച്ചവെച്ചോമന പൈതൽ വളർന്നവൻ
ശിക്ഷണമമ്മയിൽ നിന്നു ലഭിച്ചേറെ,
പെട്ടൊന്നൊരു ദിനം താതനും വിട്ടുപോ-
യമമ്മയുമേറെ കുഴപ്പത്തിലായ്!.

കെട്ടിപ്പിടിച്ചു പുണർന്നമ്മ തനുജനെ,
നെഞ്ചു തകർന്നവരോതി തൻ പുത്രനോ-,
ട്ടച്ചന്റെ ഓർമ്മകൾ കാർന്നിടും മുന്നമെ,
പോയിടാമെന്നുണ്ണിയമ്മതൻ നാട്ടില്!.

താതന്റെ കബറിങ്കൽ കുമ്പിട്ടിരുവരും,
കണ്ണുനീർവാർത്തു തുടക്കമായ് യാത്രക്ക-
മ്മതൻ അഭിലാഷ നാട്ടിലേക്ക്.
ലിദ്ദയെന്നാപുണ്യ ഭൂവിലേക്ക്!.

ഹാ! യെന്തു കഷ്ടം സഹിക്കയില്ലീയാത്ര-
എന്നെത്തുമെന്നറിഞ്ഞില്ലവർ ലിദ്ദയിൽ.
നീണ്ടപ്രയാണത്തിനന്ത്യമായെത്തി-
യമ്മതൻ നാട്ടിലിരുവരും ചേർന്ന്.

കാലമിതെത്ര വിചിത്രമീലോകമെ,
അമ്മയും പൊയ്പ്പോയി താതന്റടുക്കൽ!
ഇനിയെന്തിനീമന്നിലെന്നു നിനക്കാതെ,
ചേർന്നു റോമായുടെ സൈന്യത്തിലംഗമായ്.

കുതിരപ്പടയിലൊരംഗമായ്തീർന്നവൻ,
ചക്രവർത്തിക്കേറ്റം പ്രിയമുള്ള യോദ്ധാവായ്!
ദൃഢഗാത്രമൊപ്പം സുമുഖനും സുന്ദരൻ,
ശ്വേതാശ്വമേലാരൂഢനാം പടയാളി.

പടിപടിയായുയർന്നവൻ ജോലിയിൽ,
സ്ഥാനക്കയറ്റങ്ങളപ്പോൾ ലഭിച്ചുടൻ!
ട്രൈബൂണലെന്ന പദവിക്കിടയിലും,
കർത്താവിൻ പാതെ ചരിക്കാൻ മറന്നീല!!.

രാജാവിന്നഭിമതൻ-
നാടിനും നാട്ടാർക്കുമേറെ ശ്രേഷ്ഠൻ,
അമ്മതൻ ശിക്ഷണമോർത്തു ധ്യാനിച്ചവൻ,
കർത്തന്റെ വിശ്വാസ രക്ഷകനായ്!

വിശ്വാസമാം പട്ട ധരിച്ചൊരു യോദ്ധാവ്,
ദുഖങ്ങൾക്കറുതിവരുത്തുമാ കുന്തവും,
അനീതിക്കെതിരെയുയർത്തും പടവാളും,
വീരയോദ്ധാവേ ഗീവറുഗീസ് സഹദായെ!

***

സീലെന്ന ദേശത്തു നാശം വിതച്ചൊരു,
രാക്ഷസ സർപ്പം വസിച്ചുവന്നു!
നഗരത്തിനോടമ്പൽ കൊട്ടിയടച്ചവർ,
സർപ്പത്തിൻ ബാധചെറുത്തിടാനായ്!

കപ്പത്തിനായി വ്യഗ്രത പൂണ്ട മഹാസർപ്പം,
അനുദിനം കൊന്നാടുമാടുകളെ!
തക്കത്തിനൊത്തവൻ ഭക്ഷിച്ചു വോരോന്നും,
തരമൊത്തുകിട്ടിയാൽ മനുഷ്യരെയും!

സീലിന്റെ രാജാവുമണികളും ചേർന്നോറെ-
പ്പാടുപെട്ടതിനെ വകവരുത്താൻ!
പൂജാരി ചൊന്നൊരു സൂത്രത്തെ മാനിച്ചു,
രാജാവു കല്പിച്ചു ചീട്ടിട്ടെടുക്കുവാ-
നിനിയുള്ളകാലമിരനല് കിടാൻ.

ഒന്നൊന്നായ് കന്യകമാർക്കൂഴമെത്തി,
പിന്നൊന്നും ചിന്തിക്കാൻ വകയേതുമില്ലാതെ-
യവരയണിയിച്ചൊരുക്കിയയച്ചു തൻ മക്കളെ,
ആ മഹാസർപ്പത്തിൻ ഭോജനമായ്!

കഷ്ടവും നഷ്ടവും വന്നിടാമേവനും,
വിധിയത്തടുക്കുവാനാർക്കു പറ്റും!
ഒട്ടും നിനക്കാത്ത നേരത്തു വീണു നറുക്കുതൻ,
പൊന്നോമനയെക്കുരിതിക്കയക്കുവാൻ!

അയ്യയ്യോ എന്മകൾക്കായ് ചീട്ടുവീണു,
അലമുറയിട്ടു വശംകെട്ടുകേണു രാജൻ,
കദനം നിറയും ഹൃദയഭാരത്തൊടെ,
കെഞ്ചി യവൻ തന്റെ സ്ഥാനം മറന്ന്,
ഇല്ലില്ലയക്കില്ല എൻപൊന്നു പുത്രിയെ!

ആജ്ഞകൊടുക്കും നൃപനുമശരണൻ,
ശാസന പാലിക്കാൻ താനും കടപ്പെട്ടോ-
നെങ്കിലും മാമക ഹൃദയം തുടിക്കുന്നു,
മകൾ തന്റെ മമതയെ കീരിമുറിക്കുന്നു.

എന്തു ഞാൻ ചെയ്യേണ്ടുവാരോടു യാചിക്കു-
മെന്നുകേണാന്യപനാധിപൂണ്ടു!
മകളെ കുരുതിക്കയച്ചിടും മുമ്പെ താൻ,
തന്നെത്താൻ ജീവനൊടുക്കിടേണോ?

ഭൃത്യർതൻ മക്കളെ മഹാസർപ്പം തിന്നപ്പോൾ,
രാജാവിനേശിയില്ലൊട്ടും ഭ്രമം!
ഇന്നു നീ കേഴേണ്ട കെഞ്ചണ്ടയേതു മെ,
ഞങ്ങളും മക്കളെ തന്നതല്ലേ?

ഊഴത്തിനൊത്തു നിൻ മകളെയയക്കാതെ,
നിർവ്വാഹമേതുമതില്ലിന്നു രാജാ!!
ഒടുവിലാ രാജൻ വഴങ്ങിതൻ മകളുടെ,
ഇംഗിതംതന്നെ നിറവേറ്റിടാൻ!

ചങ്കു പിളർക്കും വ്യഥയോടെ രാജാവു-
കല്പിച്ചയച്ചിടാൻ തൻ മകളെ.
വധുവിനെപ്പോലെ അണിയിച്ചൊരുക്കി-
യയച്ചു തൻ മകളയാ വ്യാളിപക്കം!!

***

ആരവം കേട്ടുസഹദാ വഴി മദ്ധ്യേ-
മെല്ലെക്കുതിരയ്ക്കു കടിഞ്ഞാണിട്ടു.
ആരാഞ്ഞു കൂട്ടത്തോടെന്തു ഭവിച്ചെന്ന്?
വിലപിച്ചുകൊണ്ടാജ്ജനധാർത്തു ചൊന്നു.

ഞങ്ങൾ തൻ നാടു മുടിക്കുമൊരുസർപ്പം,
വ്യഥയായിത്തീർന്നുവീ നാട്ടുകാർക്ക്!
ജോർജ്ജിനെ കണ്ടവരുള്ളാൽ നിരൂപിച്ചു,
തീർച്ചവരുത്തിടാൻ വന്നവനോ?

ഞങ്ങളെ രക്ഷിക്കൂ നാടിനെ രക്ഷിക്കൂ,
ഈക്കൊടും ക്രൂരമാം സർപ്പത്തീന്ന്!
കേട്ടുടൻ ജോർജ്ജു ഗമിച്ചുവാ കൂട്ടരൊ-
ത്തവിടവൻ കണ്ടുവാ ഉഗ്രസർപ്പം!.

തീജ്വാല നിശ്വാസമായ് തള്ളും മഹാസർപ്പം,
കണ്ടു സഹദായെ ഞെട്ടിയാ സർപ്പവു-
മുള്ളിൽ ഗ്രഹിച്ചു തൻ നാശകനോ ?
വെള്ളം സഹദായെ കണ്ടു പ്രസരിച്ചു,
സഹദായ്ക്കു ആശിസ്സ് ചൊന്നപോലെ!!

കുതിരമേൽ ചുറ്റിത്തിരിഞ്ഞവൻ സർപ്പത്തെ,
ക്രോധമോടേറെ നിരീക്ഷിക്കുകിൽ,
ജ്വലിക്കുന്ന കണ്ണുമായ് ചീറിയടുത്തുടൻ,
ജോർജ്ജിനെ തന്നിരയാക്കിടുവാൻ!

തൊഴുകയ്യായ് നില്ക്കുമിരയാം കുമാരി-
ഉരിഞ്ഞുടൻ മടങ്ങുനീ യോദ്ധാവെ,
നിന്നാല്ക്കഴിയില്ല സർപ്പത്തെ കൊല്ലുവാൻ,
സർവ്വരും ഉദ്യമം ചെയ്തുമടുത്തതാ!

ശങ്കിച്ചിടേണ്ട ഞാൻ കൊന്നിടാം സർപ്പത്തെ,
ദൈവനാമത്തിൽ ഞാൻ നല്കുന്നുറപ്പ്!
വിശ്വസിച്ചീടുകിൽ നിങ്ങളും കണ്ടിടും,
ദൈവമഹത്വമിവിടെയിപ്പോൾ!!

കുരിശു വരച്ചുടൻ ദൈവത്തെ ഓർത്തുകൊ-
ണ്ടവനാഞ്ഞുവെട്ടിയാ സർപ്പത്തിന്മേൽ!
തീപാറിയവിടെല്ലാം കീഴ്മേൽ മറിഞ്ഞുകൊ-
ണ്ടതി ത്രാസമോടെ പറന്നു സർപ്പം!!

സാത്താനെ നീയെന്നെപ്പരീക്ഷിക്കുവതെന്തിന്,
നിൻ നാമം മണ്ണീന്നെടുത്തിടും ഞാൻ,
പടവാളു മാറ്റിയ കുന്തമെടുത്തുടൻ,
വ്യാളിതൻ വായിലേക്കാഞ്ഞു കുത്തി.

രക്തക്കറകൊണ്ടു ജലമാകെ ശോണമായ്,
സർപ്പം പതുക്കെപ്പതുക്കെയമർന്നുപോയ്,
ജീവൻ തുടിപ്പുകൾ മെല്ലെ നിലച്ചുപോയ്,
സീലിന്റെ ശപമെന്നേയ്ക്കുമായ് തീർന്നന്ന്!!

പൊട്ടിമുളച്ചേറെ മോഹങ്ങൾ രാജനിൽ,
തൻ മകളെ സഹദായ്ക്ക് വേളിചെയ്യാൻ,
എല്ലാം നിരസ്സിച്ചു നൽസ്നേഹമോടെ,
കർത്താവിൻ വഴിയെ ചരിച്ചു ജോർജ്ജ്!!

***

കർത്തവ്യമെപ്പൊഴും കടമയായ് കൈക്കൊണ്ടു-
കർത്താവിൻ ഹിതമൊടു ചേർന്നു ചരിക്കുന്നോൻ,
യാഹിന്റെ സൈന്യത്തിൻ വീരഭടനവൻ,
അനീതിക്കെതിരെ പടവാളെടുക്കുന്നോൻ!!

ഇംഗ്ളണ്ടിലന്നു വർത്തിച്ചിടും നേര-
ത്തറിഞ്ഞു ഡയോക്ളേഷിൻ,
ക്രിസ്തു വിരുദ്ധ വിളംബരം!
കത്തിജ്വലിച്ചുടൻ സഹദാതൻ വിശ്വാസ തീഷ്ണത!

ഉടനെ തിരുച്ചു രാജാവിനെക്കാണുവാൻ,
കർത്താവിനല്ലാതെ റോമാ ദൈവങ്ങൾക്ക്,
താൻ ധൂപമർപ്പിക്കയില്ലെന്നുടനറിയിച്ചു.
കൂടാതെ വിഗ്രഹം തച്ചുപൊട്ടിക്കയും,
ശാസന കീറിയെറിഞ്ഞു സമക്ഷത്ത്!!

ക്രോധാഗ്നികൊണ്ടു ഡയോക്ളേഷ്യനപ്പൊഴ്,
മെല്ലെ മിതപ്പേട്ടു ജോർജ്ജിനെ പ്രീണിക്കാ-
നേതു മാർഗ്ഗേനയും ഒക്കാതെ വന്നപ്പോൾ,
ജോർജ്ജിനെ പീഡിക്കാൻ,
കല്പിച്ചു ഡയോക്ളേഷ്യൻ.

ഒന്നൊന്നായ് പീഡനമേറ്റു വാങ്ങുമ്പോഴും,
കർത്തനെ ധ്യാനിച്ചു ശക്തി പൂണ്ടു.
കൽത്തുറുങ്കിൽ ദൈവമയച്ചു മാലാഖയെ,
ദർശനംകൊണ്ടു ബലം നല്കി ജോർജ്ജിന്!!

ക്രൂരമാം പീഡകളൊന്നൊന്നായ് ചെയ്തവർ,
അതിജീവിച്ചതിലെല്ലാം വിജയക്കൊടി പാറി.
കർത്താവിൻ നാമത്തെയതിധന്യമാക്കി,
സഹദാ ധരിച്ചു ശക്തിയാം കിരീടം!!.

വെട്ടിനുറുക്കി കഷണങ്ങളാക്കി,
ചെമ്പിലാ തീപാറുംവെള്ളത്തിൽ മുക്കി!
നാക്കു മുറിച്ചു പല്ലു പറിച്ചു,
മാംസം മുപ്പല്ലിയിൽ ചീകീ യെടുത്തു,
എന്നിട്ടുമേശീ യില്ലവരുടെ പീഡകൾ!!

കൂട്ടിക്കെട്ടി യവൻകൈകാലുകൾ,
അശ്വത്താലവനെയിഴച്ചുവാ നീചർ,
ഊരുകൾ തോറും ചുറ്റിച്ചുവയ്യ്യോ !!,
കുന്തത്താൽ കുത്തിസഹദായെയൊപ്പം -
താഡിച്ചു കുതിരെയും വേഗത കൂട്ടാൻ.

തെരുവിന്നിരുവശ മൊന്നായ് കൂടിജനങ്ങൾ,
കണ്ടു രസിച്ചുവാ ദൂഷക സംഘം,
നഗ്നമതാമവൻ ദേഹത്തെ നോക്കി!

വിമതന്മാരവരൊന്നായ്യാർത്തു വിളിച്ചു,
ഉന്മൂലം ചെയ്യുവീ മതവി ദ്വേഷിയെ!!

നീരുവരണ്ടൊരു തടിപോലെയവനെ-
നിർദ്ദയമായി വലിച്ചുവാമന്നിൽ-
ഗാത്രവുമൊപ്പം ശിരസ്സു മുറിഞ്ഞു,
നിണമതിനോ ടെപ്പം ശ്വേതവുമൂറി,

വീഞ്ഞിൽ ലഹരിയിലവർ താഡിച്ചു.
നൃത്തച്ചുവടുകൾവെച്ചവർ ചുറ്റും,
ചെന്നായ്ക്കളേപ്പോലവർ കൂട്ടംകൂടി,
നിണമൂറ്റീടാൻ വ്യഗ്രത പൂണ്ടു!
നീറ്റലുകൊണ്ടു സഹദ പുളഞ്ഞു,
മലാഖവൃന്ദം പനിനീരുവീഴ്ത്തി!

ഖേദമ്പൂണ്ടു ചിലരൊക്കെയെങ്കിലും,
വ്യാകുലരാകുലരായൊരു നാരിക-
ളപ്പോൾ വീണു ധരിത്രെ രോദി-
ച്ചയ്യയ്യോ മാറിലിടിച്ചു കരഞ്ഞവർ!!

പീഡകളേറ്റം തീവ്രതയേറി-
യപ്പോൾ കണ്ടുടയോൻ തൻ രൂപം,
രക്തം വാർന്നൊരു തിരുവുടലാകെ,
കുരിശ്ശിൻ വഴി യവനോർത്തകതാരെ- -
യുടനെയവനുടെ നോവുശമിച്ചു!!

മുള്ളാണികൾ പൂദളമായ് നീളെ,
തൻ പാദാന്തെയമർന്നാ വേളയിൽ,
കുന്തത്തിൽ കൂർമ്മത നിൻഗാത്ര-
ത്തെയോ പോറീ ലൊട്ടും കൃപയാൽ !

മാന്ത്രികനാമാ അത്താനാസിയസ്,
വിഷപാത്രങ്ങൾ നല്കിയവന്ന്,
സ്തോത്രം ചൊല്ലിയതു സേവിച്ചു,
വിഷവും ചഷകമതായി വിചിത്രം!!

ദൈവത്തിന്റെ മഹത്വം കണ്ട്,
അത്താനാസിയസ് ക്രിസ്തുവിലായി!
ഉടനെ രാജൻ കല്പിച്ചവിടെ,
വെട്ടുക ശിരസ്സ് അത്താനാസ്സിൻ!!

റാക്കിൽ കെട്ടി വലിച്ചു ജോർജ്ജിനെ,
പേശികൾ മുറുകി സന്ധികൾപൊട്ടി,
കുമ്മായക്കുഴി തന്നിലെറിഞ്ഞു,
വായിലുരുക്കിയ ഈയമൊഴിച്ചു,
എവിടെയും ജോർജ്ജത്ഭുതമായി,
പീഡകളെല്ലാം അതിജീവിച്ചു!.

ഇനിയും സമയം പാഴാക്കാതെ-
യവനെ മെരുക്കാനാലോചിച്ചു ഡയോക്ലീഷ്യസ്,
കാരാഗ്രഹമതിലയച്ചു മകളെ,
മോഹിപ്പിച്ചവനെ വശത്താക്കീടാൻ!

രാവുമുഴുക്കെയവനോതി സങ്കീർത്തന-
മവളോ ക്രിസ്തുവിൻ വിശ്വാസിയുമായ്!!
തൻമകളെയും കൊന്നാ ദുഷ്ട ഡയോക്ലീഷ്യസ്,
നിഷ്ടൂരതയുടെ കൊടുമുടിയേറി!!.

മനസ്സാചഞ്ചലമായി ഡയോക്ലീഷ്യസ്,
ഇനിയില്ലേതുപായ മൊതുക്കാനിവനെ!
ഒടുവിൽ സഹദാ ചിന്തിച്ച കതാരെ,
കർത്താവിൻ പാദാന്തേ ചേരാ-

നറിയിച്ചാ നീചൻ ഡയോക്ളീഷ്യ-
തന്നെ വധിക്കുക കർത്തൻ പേർക്കായ്!

സ്വയമെ സഹദാ കുഞ്ചി കുനിച്ചു,
കുരിശ്ശിൽ വരിച്ചൊരു നാഥനെയോർത്തു,
തല്ക്ഷണ മവർ ചേദിച്ചു ശിരസ്സ്,
പൂകി സഹദാ കർത്തൻ സവിധേ!!

***

വിശ്വാസം അരയിൽക്കെട്ടി,
നീതിയെന്ന കുന്തത്താലെ,
തിന്മയെ ഹനിക്കും ഭടൻ-
ഗീവറുഗീസ് പുണ്യവാളാ,
വിശ്വാസ പടനായകാ!!

സഹദാതൻ നാമത്തെ
കാക്കുമൊരാ ജനതതിയെ,
കാത്തുപരിരക്ഷിക്കു-
ന്നവനേറ്റും കുന്തത്താൽ!

ജാതിമത ഭേദം കൂടാ-
തൊരുപോലെ നിൻ നാമം,
കൊണ്ടാടുന്നിഹലോക-
ത്തൊട്ടകെ വിശുദ്ധിയൊടെ!

അശരണരുടെ പീഡിതരുടെ,
ദുഖിതരുടെ മധ്യസ്ഥൻ,
മാരികളും വ്യാധികളും
കുന്തത്താൽ തടയുന്നോൻ!

നിൻ നാമം ഉൾക്കൊണ്ടോർ,
കർത്താവിൻ ഭടരല്ലോ ?
പ്രതികൂലം പ്രതിരോധിക്കാൻ,
നിൻ പരിച മതി ഞങ്ങൾക്ക്!!

കർത്താവിൻ സ്നേഹത്തി ൻ,
നിറകുംഭം ചോരാതെ,
വിശ്വാസം കാത്തൊരു ധീരൻ,
ധർമ്മത്തിൻ കാവല്ക്കാരൻ!

പടിപടിയായ് നിൻ നാമം,
വാനോളം പുകളേന്തി-
ക്കൊൾവതിനായ് ഒരുമയോടൊ-
ത്താചാര്യരു, മൽമ്മായയരു-
മദ്ധ്യാനിച്ചതിരേകം വീര്യത്താൽ !

തലമുറയായ് കൈമാറിയൊ-
രുശ്ശിരിന്നും ചോരാതെ-
തരണങ്ങളെതിരിട്ടുമുന്നേറും,
സഹദാതൻപടയാളികളെ,
അഭിമാനത്തോടൊത്തു-
 നമിച്ചീടാം സഹദായെ...!

സൈന്യത്തിൻ രക്ഷകനായ് -
പടയെ നയിച്ചോൻ സഹദാ,
മധ്യസ്ഥൻ നീ സഹദാ
വീര്യം പകർന്നിടുന്നോൻ!

കാല മെത്ര യാകിലും നിൻനാമ-
മെന്നു മോർത്തിടു-
മത്ര നല്ല മധ്യസ്ഥൻ,
കർത്താവിൽ പ്രിയന്നവൻ!!

അതികായനവൻ, അതികാമ്യനവൻ,
വിശുദ്ധരിൽ വിശുദ്ധനും,
അത്മീയ നിറവുള്ളവൻ!
ശ്രേഷ്ടനവ.നതിശ്രേഷ്ടനവൻ
കർത്താവിന് വിശുദ്ധനവൻ!

ഇഹലോക ഭാഗമെല്ലാ-
വെടിഞ്ഞവൻ കർത്തൻ പേർക്കായ്,
കർത്താവു വഴിയെന്നും,
സത്യമതും ജീവനെന്നു-
മുള്ളത്തിൽ കുറിച്ച ശ്രേഷ്ടൻ.

കന്യകമാരുടെ നിലവിളിക്കുത്തരം,
ഉഴലുന്നോർക്കഴലുള്ളോർ-
ക്കഭയവും കോട്ടയും,
രക്ഷാകവചവും നീമാത്രമല്ലോ,
ഗീവറുഗീസ്സേ നീ മധ്യസ്ഥൻ!

കർത്താവിന്റെ നാമമതെന്നും,
നെഞ്ചോടേറ്റി ജീവിച്ചോൻ നീ!
വിശ്വാസമതാം പടകിന്നമരം-
പിടിച്ച വിശുദ്ധൻ.
ഗീവറുഗീസ്സേ നീയമരക്കാരൻ!

ദുർബലധളേഴകൾക്കാശ്രയമങ്-
അഗതികൾക്കെന്നും താങ്ങുംതണലും!
കാഹളനാദം ഉതിരുമ്മുമ്പെ,
സന്നാഹത്തൊടു നിൻ വരവേല്ക്കാൻ,
സഹദാ ഞങ്ങളെയും ചേർക്കണമേ!

അധർമ്മത്തെ തൻ കാല്ക്കീഴാക്കി,
മെതിച്ചു കുതിച്ചു ശ്ലീബാച്ചിറകിന്മേൽ!
സർപ്പത്തിൻ തല തച്ചുമെതിച്ചു,
ആരാലും കഴിയാത്തൊരു കാര്യം,
ധൈര്യത്തോടെ നിറവേറ്റി നീ!!

നിന്തിരുനാമം ഭുവിസ്വർഗ്ഗേ-
ശ്രേഷ്ടമതാക്കിയ ഗീവറുഗീസ്സേ,
നാഥാ നിന്നെപ്രതി പീഡകളേറ്റു,
ആമോദത്തോടെ വരിച്ചു മരണം!.

തൻ രക്തത്തിൻ വിലയായ് സഭകൾ,
ദയനിധിയാം നിൻദാസനെയിന്നും ,
ശുദ്ധർ ഗണത്തിൽ പരമോന്നതനായ്,
നിന്നോടൊപ്പം വാഴ്ത്തീടുന്നു!!..

പിന്നാക്കം നോക്കാതെയെന്നും-
യത്നിക്കാമൊന്നായി നമുക്ക്
കയറീടാം പടവുകളിന്മേൽ -
വിജയക്കൊടി പാറിച്ചീടാൻ!

വിടവാങ്ങിയവരോരോന്നും
വിശ്രാമംകൊള്ളുകിലു-
മവർ ചിന്തിയ സ്വേദത്തി-
ന്നാധാരമിതാം മകുടം.

നാടിന്നും നാട്ടാർക്കും വാഴ്വേറ്റി-
ക്കൊണ്ടുനില കൊള്ളുന്നഭിമാനത്താൽ,
സഹദായുടെ നാമത്തിൽ,
പള്ളികളിന്നനവധിയായ്.

സഹദായുടെ നാമത്തിൽ -
കർത്താവിന്നനുയായികളായ്,
വർത്തിക്കുമൊരാ ജനതതിയെ,
കാത്തുപരിരക്ഷിക്കു-
ന്നവനേറ്റും കുന്തത്താൽ..!

മിശിഹായെ ഞങ്ങടെ കർത്താവേ
നരകുലമഖിലം കാക്കുന്നോനെ,
ഞങ്ങളണച്ചീടുമീപ്രാർത്ഥന നിന്തിരുമുമ്പിൽ
പരിമളമിയലും ധൂപം പോലെ
കൈക്കൊണ്ടീടുക വേണം നാഥാ,
ഗീവറുഗീസഹദായുടെ മധ്യസ്ഥതയിൽ!!.

കർത്താവെ നിൻ രണ്ടാം വരവിൻ,
പടനായകനായ് നിന്നോടൊത്ത്,
അശ്വാരൂഢനവൻ നിന്തിരു തേരു തെളിച്ച്,
മുന്നെ നിൻവഴി നേരാക്കീടും!

നാഥാ ഞങ്ങടെ പിഴകളെയോർക്കാ-
താക്കുന്തത്താൽ വിഘടിതമാക്കാ-
തെങ്ങളെ നിന്നുടെ പടയണി ചേരാൻ,
ചേർക്കണമെ നിൻ മധ്യസ്ഥതയിൽ!

ആർത്തരാമീ ഏഴകളെ ശക്തരാക്കിത്തീർക്കണെ,
അഭയമതും ആലംബവുമായ് നീ
ഞങ്ങളെ നിൻ ശ്ലീബായിൻ തണലിൽ
സ്നേഹമിയലും കൺകൾ പാർത്ത്,
നയിച്ചീടണമെ നിൻ മധ്യസ്ഥതയിൽ!

--->><<---